AF369314

संगोपन पालकत्वाचे

संगोपन पालकत्वाचे

डॉ. श्रीकांत चोरघडे

**सकाळ** प्रकाशन

संगोपन पालकत्वाचे

© डॉ. श्रीकांत चोरघडेनागपूर, महाराष्ट्र, भारत.

प्रथम आवृत्ती - डिसेंबर २०१०
पाचवी आवृत्ती - डिसेंबर २०१७

संपादन
संतोष शेणई

मुखपृष्ठ व आतील चित्रे
सारिका तांबडे-जाधव

मांडणी, सजावट
सुहास कद्रे

प्रकाशक
सकाळ पेपर्स प्रा. लि.
५९५, बुधवार पेठ,
पुणे ४११ ००२

मुद्रणस्थळ

ISBN 978-93-84316-33-4

अधिक माहितीकरिता :
०२०-२४४० ५६७८/८८८८ ४९०५०
sakalprakashan@esakal.com

© All rights reserved.
No part of this publication may be reproduced or transmitted in any form or by any means, electronically or mechanically, including photocopying, recording, broadcasting, podcasting of any information storage or retrieval system without prior permission in writing form the writer or in accordance with the provisions of the Copy Right Act (1956) (as amended). Any person who does any unauthorised act in relation to this publication may be liable to criminal prosecution and civil claims for damages.

Disclaimer :
The views expressed in this book are those of the Authors and do not necessarily reflect the views of the Publishers.

... तसा प्रवास सोपाच असतो!

पुढे येऊ घातलेल्या कुठल्याही प्रसंगाला यशस्वीपणे तोंड देण्यासाठी प्रतिबंधात्मक समुपदेशन (Anticipatory Guidance) मार्गदर्शक व उपयोगी ठरतं, असं मला वाटतं. कुठल्याही नव्या बिनवहिवाटीच्या रस्त्यानं प्रवास करताना पुढील प्रवासरस्त्याचा नकाशा सोबत असला, तर प्रवास सोपा होतो. तसंच बालसंगोपनाबद्दल घडावं, असं माझं मत आहे.

बालरोगतज्ज्ञ म्हणून गेली ४५ वर्षे आणि बालमानसोपचार तज्ज्ञ व समुपदेशक म्हणून २५ वर्ष व्यवसायात असताना लहान मुलांच्या विविध समस्या घेऊन पालक येतात. समस्यांचं स्वरूप काळासोबत बदललेलं आहे. ४५ वर्षांपूर्वी मुलांमधील मृत्यूचं प्रमाण बरंच होतं. जीव वाचला तरी आजारपणानंतर होणाऱ्या शारीरिक व मानसिक अपंगत्वाचं प्रमाणही बरंच होतं. विविध प्रकारच्या साथी असायच्या. खूपशा रोगांचं निदान करण्यासाठी चाचण्या नसायच्या. रोगाचं निदान झाल्यानंतर उपचारासाठी उपलब्ध असलेली औषधं मोजकी होती. मुडदूस ('ड' जीवनसत्त्वाच्या अभावामुळे), स्कर्व्ही ('क' जीवनसत्त्वाच्या अभावामुळे) रातांधळेपणा ('अ' जीवनसत्त्वाच्या अभावामुळे), क्वाशिऑरकॉर (Kwashiorkor) - (प्रथिनांच्या अभावामुळे) अशा आहारातील घटकांच्या अभावामुळे होणाऱ्या व्याधी घेऊन येणारी बरीच मुलं त्या काळी असायची. पुढे रोगप्रतिबंधात्मक लसी आल्या. देवीच्या रोगाचं निर्मूलन झालं. साथीच्या अनेक रोगावर नियंत्रण आलं. आहाराबद्दल पालक सतर्क झाले, नवनव्या चाचण्यांमुळे रोगनिदान सोपं झालं, नव्या औषधांमुळे परिणामकारक उपाययोजना करणं शक्य झालं. पोलिओ, डांग्या खोकला, गोवर, कॉलरा, देवी अशा आजारांचे रुग्ण दिसेनासे झाले.

विसाव्या शतकाच्या शेवटी देशातील राहणीमान सुधारल्यामुळे आहाराच्या अभावानं होणारी आजारपणं शहरांपुरती कमी झाली; पण त्यांची जागा अतिसेवनामुळे आणि चुकीच्या

आहारसवयीमुळे होणाऱ्या व्याधींनी घेतली. लठ्ठपणा, मधुमेह, रक्तदाब या चाळिशीनंतर होणाऱ्या व्याधी विशीच्या आसपास मुलामुलींना ग्रासू लागल्या. घरांमधील मुलांची मोजकी संख्या, कुटुंबाचा आक्रसलेला आकार, शाळांमधील गुणांसाठी वाढणारी स्पर्धा यांमुळे मुलांवरील मानसिक ताण, व त्यामुळे होणाऱ्या व्याधींची संख्या वाढली. अलीकडे वर्तनसमस्या, मोबाईल, संगणक व टीव्हीचं व्यसन, व्यसनाधीनता, गुन्हेगारी वृत्ती, अपरिपक्व प्रेमसंबंध, वेगवान वाहनांमुळे होणारे अपघात, नैराश्य, आत्महत्या अशा व्याधी मुलामुलींमध्ये दिसू लागल्या आहेत. आणि त्यांचं प्रमाण दिवसेंदिवस वाढतानाच दिसून येत आहे. आजारपणासोबतच अशा समस्या घेऊन माझ्याकडे येणाऱ्या पालकांचं प्रमाण वाढलेलं आहे.

एकविसाव्या शतकाचा काळ हा नियोजनाचा काळ आहे. एके काळी सहजपणे होणारी लग्नं, अपघातानं होणारे मुलामुलींचे जन्म यांची जागा हळूहळू आता विचारपूर्वक केले जाणारे विवाह, नियोजनपूर्वक जन्माला आलेली मुलं आणि सजगपणे राबवलं जाणारं पालकत्व याचा काळ आलेला आहे. विचारपूर्वक नियोजनबद्ध पालकत्व राबवलं गेल्यास त्यातून मोठी होणारी पिढी पौगंडावस्थेचा मानसिक झंझावताचा काळ समर्थपणे पार करू शकेल व तारुण्यात पदार्पण करताना परिपक्व व्यक्तिमत्त्व त्यांच्यात घडलेलं असेल. ही पिढी पुढे नागरिक म्हणून देशासाठी विधायक कार्य तर करेलच, शिवाय त्यांना संतती प्राप्त झाल्यावर पालकत्व सुजाणपणे राबवतील आणि त्यांच्या पोटी येणारी पिढी अधिक निरोगी आणि कार्यक्षम होईल, अशा तऱ्हेचं नियोजन आज आंतरराष्ट्रीय स्तरावर केलं जात आहे. शारीरिक आरोग्याशी निगडित बाबींचा विचार करत असतानाच जागतिक आरोग्य संघटनेनं पौगंडावस्थेतील मुलामुलींना मानसिकदृष्ट्या सक्षम आणि सुखी व यशस्वी जीवन जगण्यासाठी समर्थ बनवण्यासाठी प्रयत्न सुरू केलेले आहेत. यासाठी अत्यावश्यक समजली जाणारी जीवनकौशल्यं त्यांच्यात पेरण्यासाठी बालरोगतज्ज्ञ, मानसिक रोगतज्ज्ञ, मानसशास्त्रज्ञ, पालक आणि शिक्षक यांच्या मदतीनं किशोरवयीन मुलामुलींसाठी प्रशिक्षण दिलं जातं आहे. हे जीवनशिक्षण देण्यासाठी आंतरराष्ट्रीय स्तरावर विविध देशांत, विविध संस्थांमार्फत कार्यशाळा घेतल्या जात आहेत. भारतातही हा उपक्रम सुरू झालेला आहे.

चार वर्षांपूर्वी पुण्याच्या 'सकाळ' कार्यालयातून सौ. अपर्णा पाखमोडे यांचा स्तंभलेखनासाठी फोन आला. चर्चेनंतर पालकत्वाशी संबंधित स्तंभ असावा असं ठरलं. प्रतिबंधात्मक समुपदेशन ही संकल्पना मनात होती, त्यानुसार लेखन करायचं ठरवलं. नियमित लेखन घडलं. पालकांकडून उदंड प्रतिसाद मिळाला. स्तंभ बंद झाल्यावर हळहळणाऱ्या वाचकांची पत्रं आली. लेख एकत्र करून पुस्तक काढावं अशी सूचना अनेकांनी केली. काही काळानं श्री. संतोष शेणई यांचा 'सकाळ' कार्यालयातून फोन आला. पुस्तक काढण्याचा हा त्यांचा विचार निश्चितच सुखावून गेला. 'सकाळ'सारख्या समूहाचा हात पाठीवर असला तर पुस्तक जास्त वाचकांपर्यंत पोचण्याची

निश्चिती वाटली आणि त्यांचा संमतीचा प्रश्न संपायच्या आत होकार देऊन टाकला.

नागपूरमधील माझ्या 'तारांगण' नामक निरामय शिशू चिकित्सा केंद्रामध्ये उत्सुक पालकांसाठी प्रतिबंधात्मक समुपदेशन म्हणजे Anticipatory Guidance हा उपक्रम 'उद्याची चाहूल आज' या नावाखाली राबवला जातो. ही उद्याची चाहूल आज घेतांना पालकांनी स्वतःच स्वतःला घडवण्याची जबाबदारी घ्यावी लागते. हे पालकांनी पालक म्हणून केलेले स्वतःचे संगोपन असते. म्हणून 'संगोपन पालकत्वाचे' हे शीर्षक स्वीकारले.

'सकाळ'मध्ये लेख प्रसिद्ध होत असताना 'सप्तरंग' पुरवणीत दर लेखासाठी समर्पक चित्र दिलं जायचं. लेखाची मांडणी आकर्षक असायची याबद्दल सौ. अपर्णा पाखमोडे व 'सकाळ'मधील कर्मचारी यांचा मी आभारी आहे. पुस्तकाचं अंतरंग व बाह्यरंग तसंच आकर्षक झालेलं आहे. श्री. संतोष शेणई आणि पुस्तकाची प्रकाशनासाठी निवड करणाऱ्या संबंधित मान्यवरांचा मी ऋणी आहे.

वाचकांकडून स्तंभलेखनाला मिळाला तसाच सकारात्मक प्रतिसाद पुस्तकालाही मिळेल ही अपेक्षा!

डॉ. श्रीकांत चोरघडे

'राजीव' धरमपेठ,

नागपूर ४४००१०

अंतरंग

● पालकत्वाची सुरुवात कधी होते? ९

● आगमन बाळाचे १३

● बाळाचे बोबडे बोल १७

● मुलांच्या सवयी घडवण्याचं वय २१

● कौशल्ये आत्मसात करायला हवीत २५

● 'अहम्' दूर करा! २९

● ताणतणाव आणि मुलं ३१

● मूल ऐकत नाही? ३५

● सामाजिक कौशल्ये ३९

● असूया, हेवा, मत्सर ४१

● थोरलं व धाकटं ४५

● शेंडेफळ ४७

● मैत्र ४९

● एकुलतं एक ५१

● जुळ्यांचं दुखणं ५५

● 'नावं' ठेवणं ५७

● शाळा नको!!! ६१

● घडतंय की बिघडतंय? ६३

● बुद्धिमत्ता आणि व्यक्तिमत्त्व ६७

● वर्तनसमस्या ६९

● शहाणं माझं बाळ ते! ७३

● कोषावस्था की वादळवाट ७५

● पौगंडावस्थेतील बदल ७९

● झंझावाती प्रवास ८२

● व्यक्तिमत्त्वाचा अंकुर ८७

● आधी केले मग सांगितले... ....९१

● जो जमवून घेईल तो सिकंदर ९३

● 'अहम्' समर्थ असावा ९७

● संकल्पसिद्धी ९९

● परीक्षेचा अभ्यास कसा करावा? १०३

● मुलांची परीक्षा... पालकांनी काय करावं? १०७

● अशी पाखरे येती... ....१११

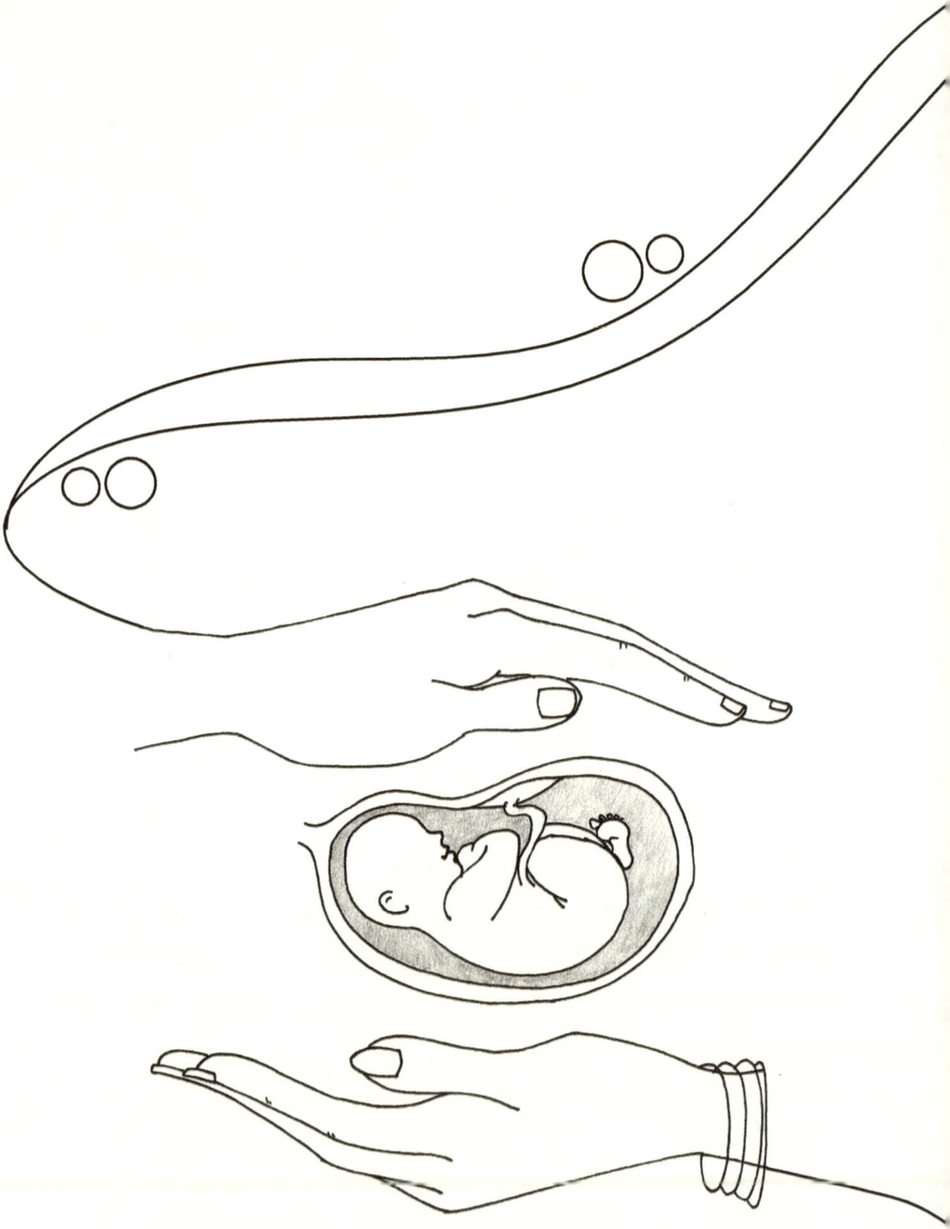

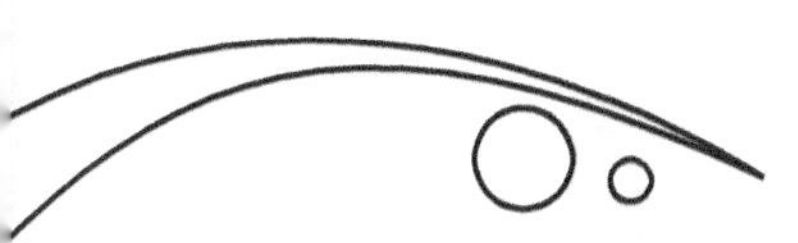

पालकत्वाची सुरुवात कधी होते?

मूल जन्माला आल्यानंतर पालकत्वाची सुरुवात होते की चाहूल लागल्यानंतर? विसाव्या शतकाच्या सुरुवातीपर्यंत 'मूल जन्माला आल्यानंतर' हे उत्तर होतं. आता नवं तंत्रज्ञान, नवे शोध आणि त्यामुळे शक्य झालेल्या नव्या चाचण्यांमुळे मूल जन्माला येण्यापूर्वींच पालकत्वाची सुरुवात होते, आणि तशीच व्हायला हवी ही काळाची गरज आहे.

विसाव्या शतकाच्या सुरुवातीपर्यंत पालकत्व म्हणजे ईश्वरेच्छा समजली जायची. लग्न करणं म्हणजे पालकत्वाची तयारी, एवढंच गृहीत धरलं जायचं. लग्न झालं म्हणजे मूल व्हायलाच हवं, असंही गृहीतक असायचं. मूल झालं नाही तर दोष स्त्रीचाच, असं समजून लगेच दुसऱ्या लग्नाची तयारी होत असे. दर वर्षी घरी पाळणा हलणे अनेक घरी घडायचं. बाळंतपणं घरीच व्हायची.

विसाव्या शतकाच्या मध्यापर्यंत अनेक प्रकारच्या लसी निघाल्या. मुलांची आजारपणं कमी झाली. आजारातून बरं होणाऱ्या मुलांची संख्या वाढली. बालरोगशास्त्र याच सुमाराला जन्माला आलं. घरी होणाऱ्या बाळंतपणांची संख्या कमी झाली. नवजात बालकांची काळजी घेतली जाऊ लागली. बालमृत्युदर कमी झाला. कुटुंबातील बालकांची संख्या कमी झाली. कुटुंब नियोजनाची कल्पना रूढ होऊ लागली. मूल जन्माला येऊ नये, यासाठी उपाय करणाऱ्यांची

संख्या वाढली. लसीकरणामुळे खूपशा साथी आटोक्यात आल्या.

विसाव्या शतकाच्या शेवटच्या पंचवीस वर्षांत विविध प्रकारच्या चाचण्या उपलब्ध झाल्यामुळे गर्भावस्थेपासून बालकाची काळजी घेणं शक्य झालं. मुलांच्या आरोग्याविषयी पालक जागरूक होऊ लागले. पहिली पाळी चुकून गर्भावस्थेची शंका आल्याबरोबर डॉक्टरांकडे तपासणीसाठी जाण्याची वृत्ती वाढीस लागली.

यासोबतच पोटातल्या गर्भाची अल्ट्रासाऊंडद्वारा तपासणी करून त्यातील दोष जाणून घेता येणं सोपं झालं. सुरक्षित बाळंतपण करणं शक्य झालं. योग्य वेळी सिझेरियन ऑपरेशन करण्याचा निर्णय घेणं डॉक्टरांना शक्य झाल्यामुळे बालकांचा निर्वेध जन्म आणि नवजात बालकाची काळजी अधिक चांगल्या रीतीने घेता येणे शक्य झालं. नवजात बालरोगशास्त्र (निओटॉलॉजी) हे वेगळं शास्त्र जन्माला आलं. एकविसाव्या शतकात जन्माला येणारी बालकं मागील शतकातील मुलामुलींपेक्षा जास्त सुदृढ राहू शकतात. त्यासाठी घ्यावयाची काळजी बालकाच्या जन्मापासून नव्हे, तर गर्भधारणा झाल्यापासूनच घ्यायला हवी. गर्भधारणा होण्याआधीच पतिपत्नीने डॉक्टरांचा सल्ला घेतलेला असला तर आणखी उत्तम. गर्भधारणा होण्याच्या वेळी आई निरोगी प्रकृतीची हवी. तिचा आहार चौफेर हवा. आईच्या रक्ततपासणीमध्ये लाली भरपूर हवी. ऍनिमिया किंवा रक्तक्षय नसावा. आईचे आरोग्य उत्तम असेल, तर गर्भधारणेसाठी आवश्यक असलेली बीजांडेसुद्धा निरोगी, निर्दोष असण्याची शक्यता वाढेल. गर्भधारणा झाल्यानंतर गर्भाच्या पोषणासाठी आवश्यक द्रव्ये योग्य प्रमाणात उपलब्ध होतील.

गर्भधारणा झाल्यास काही रक्तचाचण्या आवश्यक ठरतात. रक्तामध्ये हिमोग्लोबिनचे प्रमाण योग्य आहे किंवा नाही, हे तपासले जाते. रक्ताच्या इतर काही आवश्यक तपासण्या, लघवीची तपासणी वेळोवेळी सांगितली जाते. आजकाल 'एचआयव्ही'साठी केली जाणारी रक्तपरीक्षा अत्यावश्यक केलेली आहे. पुढे अल्ट्रासाऊंड परीक्षा करून आतलं बाळ संपूर्ण आहे का, शारीरिक दोष आहेत का, याची खात्री केली जाते. तीव्र स्वरूपाचा दोष आढळल्यास गर्भपाताचा सल्ला दिला जातो.

गर्भधारणा झाल्यापासून वेळोवेळी डॉक्टरांकडे जाणं, स्त्रीरोग तज्ज्ञांच्या सल्ल्यानुसार तपासणी करणं, सांगितलेल्या औषधांचं सल्ल्यानुसार सेवन करणं, काही खबरदारी सांगितली गेल्यास ती भक्तिभावानं घेणं हासुद्धा आदर्श पालकत्वाचा भाग आहे. या वेळी बाळाच्या आईबाबांचा सुसंवाद व परस्पर आधार याची नितांत गरज असते. कुटुंबीयांचं सहकार्यसुद्धा आवश्यक असतं.

गरोदर स्त्रीच्या मानसिक ताणाचा परिणाम गर्भावर होत असतो. नवा जीव ज्या कुटुंबात जन्माला येणार, त्या कुटुंबीयांनी हे लक्षात घ्यायला हवं. जुन्या पिढीमध्ये या काळात डोहाळे

जेवण केलं जायचं. आईच्या इच्छा पूर्ण केल्या जायच्या. या समारंभात पूर्ण कुटुंब, सगेसोयरे सामील होत असत. संस्कार किंवा समारंभ म्हणून नव्हे, तर आईचं मनःस्वास्थ्य चांगलं राखण्यासाठी प्रयत्न करणं, हाही आदर्श पालकत्वाचा भाग आहे.

बाळंतपण कुठल्या इस्पितळात करायचं, हे ठरवणं, त्या वेळी लागणाऱ्या खर्चाची योग्य सोय, काही आकस्मिक खर्च होणार असतील तर त्याची सोय करणं, हे सगळंच आदर्श पालकत्वात येतं.

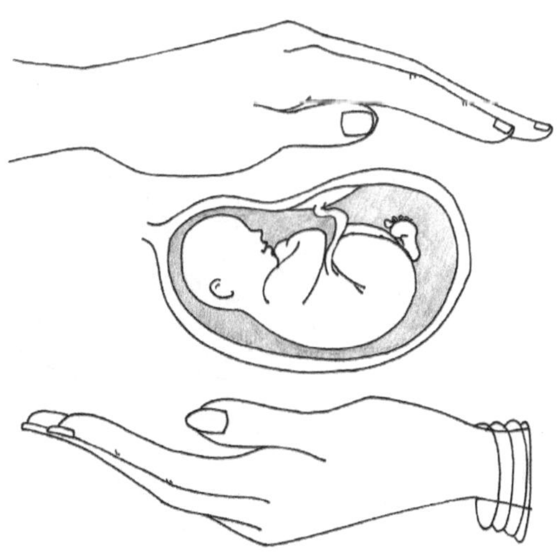

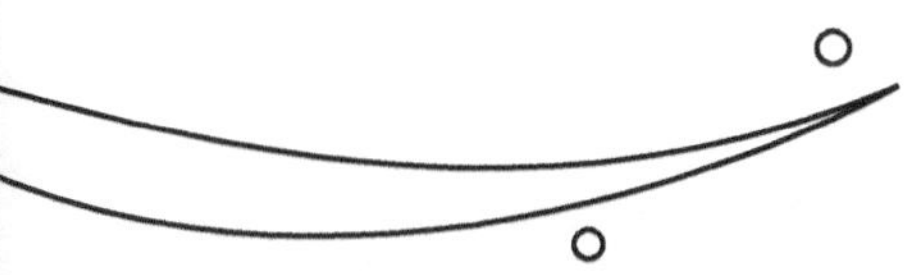

आगमन बाळाचे

पालकत्वाची सुरुवात बाळाच्या जन्माआधीच होते हे जरी खरं असलं, तरी बाळाच्या जन्मानंतर ती जबाबदारी शतपटीनं वाढते. आईवडिलांच्या प्रत्येक स्पर्शातून, कृतीतून त्यांच्या भावना बाळापर्यंत पोचतात. त्यामुळे 'तू आम्हाला हवी आहेस अथवा हवा आहेस,' ही भावना त्यांच्यातील जिव्हाळा व परस्पर प्रेमबंध अधिक पक्के करण्यास मदत करते.

आईचं बाळंतपण होताना क्वचित शस्त्रक्रिया करून मूल काढावं लागतं. कधी वेळेच्या आधीच मूल जन्माला येतं किंवा डॉक्टरांच्या सल्ल्यानुसार अपूर्ण काळातच शस्त्रक्रिया करून मूल काढावं लागतं. नैसर्गिकरीत्या झालेल्या बाळंतपणाचा खर्च कमी असतो. शस्त्रक्रिया करून झालेला बाळाचा जन्म जास्त महागात पडतो. अपूर्ण काळ अर्भकाला पुष्कळ वेळा डॉक्टरांच्या निगराणीखाली आकस्मिक विभागात ठेवावं लागतं. कधी बाळ जास्त पिवळं दिसतं म्हणून, कधी अत्यवस्थ झालं म्हणून नवजात बालरोगतज्ज्ञांचा सल्ला घ्यावा लागतो. त्यांचे उपचार करावे लागतात.

या आकस्मिक उपचारांसाठी आधीपासून तयारी ठेवणं हाही आदर्श पालकत्वाचा भाग आहे. क्वचित नवजात बालकावर त्याच्यामध्ये जन्मतः असलेल्या दोषांमुळे शस्त्रक्रिया करावी लागते. तशी वेळ आली, तर होणारा खर्च खूप जास्त प्रमाणात वाढतो. अशा वेळी पैशाच्या अभावामुळे शस्त्रक्रिया होऊ शकली नाही तर किंवा आवश्यक इलाजापासून वंचित राहावं लागलं

तर नवजात बालकाचा जीव धोक्यात येऊ शकतो.

कधी तरी आईची तब्येत अचानक बिघडते आणि त्या अत्यवस्थ अवस्थेच्या इलाजासाठी अनपेक्षित खर्च करावा लागतो. या सगळ्या शक्यता लक्षात घेऊन पैशाची आगाऊ व्यवस्था करणं आदर्श पालकत्वाचाच भाग आहे.

हल्ली काही विमा कंपन्यांनी नवजात बालकांचा आकस्मिक खर्च उचलण्याच्या दृष्टीनं काही योजना सुरू केल्या आहेत. त्या योजनेखाली विमा काढला तर नवजात बालकावर अनपेक्षित कराव्या लागणाऱ्या खर्चाची काळजी विमा कंपनी घेते. अशा योजनांची माहिती पालकांनी जरूर घ्यावी व त्या योजनांचा लाभ घ्यावा, असा मी सल्ला देईन.

बाळंतपण करण्यासाठी जे डॉक्टर निवडायचे ते नीट चौकशी करून, सल्लामसलत करून निवडले जावेत. एकदा ही निवड झाली, की त्या डॉक्टरांवर संपूर्ण विश्वास टाकून त्यांचा सल्ला काटेकोरपणे पाळला जावा. आकस्मिक शस्त्रक्रिया करण्याची वेळ आल्यास योग्य तो निर्णय घेण्याची डॉक्टरांना संपूर्ण मोकळीक दिली जावी. बालकाचा जन्म होत असताना एक-एक क्षण महत्त्वाचा असतो. पूर्ण मुभा असेल, तर त्वरित निर्णय घेणं डॉक्टरांना सोपं जातं व ते बाळंतिणीच्या दृष्टीनं व नवजात बालकाच्या दृष्टीनं जास्त कल्याणकारी असतं. अशा तऱ्हेनं संपूर्ण विश्वास टाकणं हाही माझ्या मते आदर्श पालकत्वाचा भाग आहे. आईच्या गरोदरपणात व बाळंतपणात अशी सर्व दृष्टीनं काळजी घेतली गेली तर बाळंतपण सुखरूप होऊन नवजात बालक सुदृढ व सुरक्षित जन्माला येण्याची शक्यता वाढत असते. आईवडिलांना हवं असलेलं मूल जर सुखरूप, संपूर्ण सुदृढ जन्माला आलं तर त्यासारखा आनंद नाही. सजग पालकत्वातून ही शक्यता वाढत असते. मुलाचा जन्म झाल्यावर आई व बालक दोघांचीही सुरक्षा व आरोग्य जपणं हा आदर्श पालकत्वाचा भाग आहे. 'बाळावर प्रेम करण्याचा उत्तम मार्ग म्हणजे बाळाच्या आईची काळजी करणं हा आहे.'

आईबाबांना मूल हवं असणं, हवं असलेलं मूल सुदृढ राहील ही काळजी घेणं व मूल झाल्यानंतर हवं असलेल्या मुलापर्यंत 'हवं असल्याची' भावना पोचवणं महत्त्वाचं आहे. हवं असलेलं मूल ज्यांच्या पोटी येतं असे पालक जास्त सजग असतात व त्यांच्या निगराणीखाली असलेली मुलं शारीरिक व मानसिकदृष्ट्या जास्त सुदृढ असण्याची शक्यता असते. 'तू आम्हाला हवा आहेस' ही भावना मुलांपर्यंत पोचणं त्याच्या व्यक्तिमत्त्वाचा सकारात्मक पाया तयार करण्यासाठी अत्यावश्यक असतं. काया, वाचा, मन या तिन्ही माध्यमांमधून पालकांकडून मुलांना ही जाणीव हवीशी वाटत असते. या जाणिवेतून मुलांना प्रेम व सुरक्षिततेची भावना यांची अनुभूती होत असते.

कुटुंबामध्ये पहिलं मूल जन्माला येतं तेव्हा मूलही नवीन असतं व पालकांचाही तो पहिलाच

अनुभव असतो. नैसर्गिकरीत्या असलेल्या वात्सल्याच्या भावनेतून आई मुलाला जवळ घेते व प्रेमाच्या भुकेची पूर्ती झाल्यामुळे मूल आश्वस्थ होतं.

मूल जन्माला येताना काही मूलभूत गरजा घेऊन जन्माला येतं. गरजपूर्ती झाली, की आश्वस्त होतं. जन्म झाल्याबरोबर पहिली गरज प्राणवायूची असते; कारण आईच्या पोटात असताना प्राणवायू नाळेतून मिळत असतो. नाळ कापल्याक्षणी प्राणवायूच्या अभावानं मूल अस्वस्थ होतं व जोरात श्वास घेतं. पहिला उच्छ्वास म्हणजे रडणं असतं. प्राणवायूची ही गरज पूर्ण झाली, की मूल सुखी होतं, झोपी जातं. काही वेळ गेला, की पुन्हा रडायला लागतं; कारण भूक लागलेली असते. भुकेची गरज पूर्ण झाली, की पुन्हा झोपी जातं. आपली गरज, आपली अस्वस्थता व्यक्त करण्याची भाषा एकच असते ती म्हणजे रडणं. सुरुवातीला हे रडणं म्हणजे किंचाळणंच असतं. रडल्यानंतर दूध दिलं जातं ही एकदा खात्री पटली, की हळूहळू रडण्यामधला जोर कमी होतो, किंचाळणं बंद होतं. वय वाढतं तशा गरजा वाढतात. दूध पिऊन पोट भरलं, की झोप लागते. पुढे शी, सू यांमुळे लंगोट, दुपटं ओलं झालं की रडणं. स्वच्छ करून कोरडे कपडे घातले की पुन्हा झोप. अस्वस्थता व समाधान अशा दोनच साध्या निरागस भावना व अस्वस्थतेसाठी सहज समजू शकणारी कारणं. पुढं वय वाढलं, की अस्वस्थतेची कारणं वाढतात. झोप झाल्यावर जाग येते. भूक लागलेली नसते अशा वेळी चिमुकले डोळे उघडले जातात. भोवतालच्या जगाकडं बघितलं जातं. एखादा दिवा किंवा उन्हाची तिरीप कुतूहलापोटी बघितली जाते. कुणी दिवा बंद केला, तर रडायला येतं. वय वाढतं तसे झोपेचे तास कमी होतात. जागेपणी ज्ञानेंद्रियं चाळवतात. कानावर पडलेले आवाज सुखावतात. डोळ्यांपुढे दिसणाऱ्या चमचमत्या किंवा रंगीत गोष्टी आनंद देतात. आवाज बंद झाले, की रडू फुटतं, अंधार झाला की रडू फुटतं. बाळाला गरजपूर्तीच्या निमित्तानं उचललं जातं तेव्हा हळूहळू मानवी स्पर्श सुखावायला लागतो. भूक पूर्ण झाली असली, तरी स्पर्शासाठी आसुसलेलं मूल कुरकुरतं, उचलून घेतलं, की चूप होतं. गरजपूर्ती करणारी व्यक्ती, तिचा स्पर्श, तिचा आवाज यांचा समन्वय साधला जाऊन त्यात पालनहार असलेल्या व्यक्तीचा परिचय घडतो. त्या व्यक्तीचा आवाज, सान्निध्य, स्पर्श आवडतो. यातूनच त्या व्यक्तीबद्दल प्रेम व सुरक्षिततेची भावना जन्म घेते. आई व मूल यांच्या प्रेमाचं बंधन जोडलं जातं. भूक लागल्यावरचं रडणं, गरजपूर्ती होण्याआधी आईची चाहूल, आईचा आवाज ऐकून, आईच्या स्पर्शानं बंद होतं. गरजपूर्ती व्हायला वेळ लागला, तरी धीर धरण्याची आंतरिक शक्ती या बंधनातून मिळत असते. प्रेमासाठी आवश्यक परस्पर विश्वास यातून निर्माण होतो.

इथंच आईचं नातं तयार होतं. जन्मदाती आई काळजी करायला नसेल, तर जी कोणी हाकेला धावून जाईल ती आई होते.

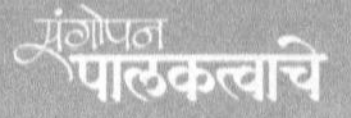

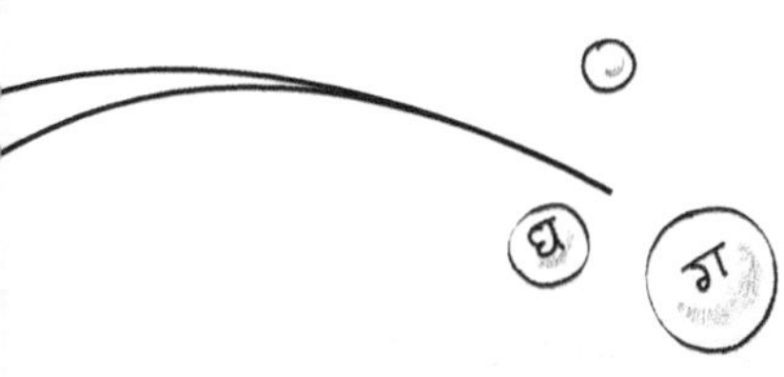

बाळाचे बोबडे बोल

बाळाचं बोलणं ही आईवडिलांसाठी अतिशय आनंददायी घटना असते. बाळाच्या तोंडून निघणारे शब्द सुरुवातीला अर्थहीन वाटत असले तरीही त्यातूनच आईवडिलांसोबत एक हळुवार संवाद साधला जात असतो. बऱ्याचदा काही मुलं लवकर बोलायला लागतात, तर काही मुलं उशिरा बोलू लागतात. यामागं काय कारण असतं? बाळाची ग्रहण क्षमता की आजूबाजूची परिस्थिती?

साधारणतः तीन महिन्यांचं मूल आपल्या रडण्याच्या विविध प्रकारांतून आईला आपल्या गरजांची जाणीव देऊ शकतं. आई सतर्क असली तर भुकेचं रडणं, दुपटं ओलं झाल्याचं रडणं, कंटाळण्याचं रडणं यातील फरक आईला कळू शकतो. यानंतर मुलाची शारीरिक व मानसिक वाढ वेगानं होणार असते. चौथ्या महिन्यानंतर मूल गुटगुटीत दिसायला लागतं. त्याच्या भुकेच्या, जागण्याच्या वेळा ठरतात. पोटाची भूक भागल्यावर ज्ञानेंद्रियांची भूक चाळवू लागते. डोळे भोवती असणाऱ्या गोष्टींचा वेध घेऊ पाहतात. कान आवाजाचा वेध घेऊ पाहतात. हातापायांच्या हालचालींना अर्थ येऊ लागतो. ताल येऊ लागतो. झोपेचा अवधी कमी होतो. घशातून 'आ', 'ऊ', 'घ', 'ग' असे आवाज निघू लागतात. नजरेतून संवाद घडू लागतो. समोर दिसणाऱ्या चेहऱ्यावरच्या हालचालींचं अनुकरण करायचा प्रयत्न सुरू होतो. हसण्याला प्रत्युत्तर दिलं जातं.

घरात असणाऱ्या इतर कुटुंबीयांशी यानंतर संपर्क वाढू लागतो. वडील, वडील भावंड, आजी, आजोबा या सगळ्यांशी येणाऱ्या संबंधांमुळे मूल शिकतं, खेळतं, आनंदात राहतं,

समाधानी होतं. त्याच्या छोट्या छोट्या प्रगतीच्या टप्प्यांना दाद मिळाली की त्याचा आनंद वाढतो, नवं शिकायची ऊर्मी निर्माण होते. व्यक्तिमत्त्व घडण्यामध्ये या वयाचं व या वयात भोवती असलेल्या व्यक्तींच्या सकारात्मक सहभागाचं महत्त्व बाळाच्या दृष्टीनं अनन्यसाधारण असतं. या वयात जर मानवी संपर्क नसला तर मुलांची मानसिक वाढ मंदावते. भावनात्मक वाढीवर नकारात्मक परिणाम होतो. जितकी भोवती माणसं जास्त, तितका सकारात्मक परिणाम जास्त असतो.

आईसोबतच वडिलांचाही संगोपनामध्ये सहभाग यामुळेच महत्त्वाचा ठरतो. बाळाचे वाढलेले जागेपणाचे तास, शिकण्याची ऊर्मी, उत्साह याला पुरं पडण्यासाठी आईची ऊर्जा कमी पडू शकते. घरी इतर कुणी नसतील तर बाळाच्या वडिलांचा सहभाग हा अपरिहार्य ठरतो. 'हम दो हमारा एक' अशा कुटुंबात तर आईला घरच्या कामांची व इतर जबाबदारीची अवधानं व उत्साही व चळवळ्या मुलाला सांभाळणं ही तारेवरची कसरत ठरते. शारीरिक व मानसिकदृष्ट्या अतिरिक्त ताण तिला थकवा आणू शकतो. बाळावर लक्ष ठेवणं, प्रसंगी दुपटी बदलणं, वरचा आहार देणं, अंघोळ घालणं, बाळासोबत खेळणं, गप्पा मारणं, फिरायला नेणं या गोष्टींमध्ये वडिलांचा सक्रिय सहभाग हा आदर्श पालकत्वाचा भाग आहे. या सहभागातून सजग पालक आनंद घेऊ शकतात. थकून आल्यानंतर खेळकर मुलासोबत खेळण्यातून मानसिक थकवा कमी होऊ शकतो हे अनुभवानं लक्षात येतं. असे पालकत्वामध्ये सहभागी होणारे पालक असले तर मूल निरोगी व्यक्तिमत्त्वाचं घडण्याची शक्यता वाढते.

निरर्थक शब्दांचा उच्चार, पुढे का, दा, मा हे एकसुरी शब्द व त्यानंतर काका, मामा, दादा असे शब्द बोलायला मूल शिकतं. आई बाबा व भोवतालची माणसं जितकी जास्त बाळाशी बोलतील तितकं बाळ लवकर बोलायला शिकेल; जास्त बोलायला शिकेल. घरी वडील भावंड असलं तर मूल जास्त लवकर बोलतं. कारण शब्दसंख्या मर्यादित असल्यामुळे तेच ते शब्द बाळाच्या कानावर वारंवार जातात. बडबडगीतं, लहान मुलांची गाणी गाऊन किंवा कॅसेटवर ऐकवून मुलांची शब्द शिकण्याची प्रक्रिया वेगानं घडू शकते. तेच शब्द पुन्हा पुन्हा ऐकले गेले की लवकर शिकले जातात. भरपूर शब्द कानावर आले की भाषा समृद्ध व्हायला मदत होते. ज्या घरी मोठं कुटुंब असेल, बाळाशी बोलायला भरपूर लोक असतील, वयानं थोडी मोठी मुलं मुली असतील अशा घरातील बाळं लवकर बोलतात. ज्या घरी फक्त आईबाबाच असतील त्या घरी आईवडिलांना दोघांनाही ही जबाबदारी घ्यायला हवी. मुलाशी गप्पा मारणं, गाणी ऐकवणं, हा पालकांमधील सकारात्मक भाग आहे. भाषा लवकर शिकली गेली तर पुढे शिकलेली शब्दसंख्याही भरपूर असेल, जिचा उपयोग भाषा समृद्ध होण्यासाठी होईल. समृद्ध भाषा हा व्यक्तिमत्त्व संवर्धनासाठी अत्यावश्यक घटक असतो, शिक्षणातील

प्रगतीसाठी महत्त्वाचा दुवा असतो. समजत नसलं तरी रोज बाळाला वाचून दाखवण्याचा परिपाठ बाळाची भाषा शिकण्याची प्रक्रिया वाढवायला मदत करेल. ज्या घरातील मूल कमी बोलतं किंवा उशिरा बोलायला लागतं, त्या घरी कुटुंबघटक कमी असतील व आई, वडील बाळाशी फारशा गप्पा मारत नसतील ही शक्यता जास्त राहील. आपलं मूल अभ्यासात पुढे असावं यासाठी पुढे आटापिटा करणाऱ्या पालकांनी मुलांच्या भाषाशिक्षणासाठी जास्त वेळ द्यायला हवा. समृद्ध भाषा ही ज्ञानाची जननी आहे. बुद्धिमत्ता वाढीसाठी अत्यावश्यक आहे. मूल भाषा शिकतं त्यासोबतच सहा-सात महिन्यांच्या पुढे पोटावर सरपटणं, गुडघ्यावर रांगणं, उभं राहणं, धावणं, जिना चढणं व उतरणं, उडी मारणं, यासारखे विकासाचे टप्पे पार करत असतं. हळूहळू स्वतंत्र होत असतं. स्वावलंबी होत असतं.

शिकण्याच्या प्रक्रियेचा चुका करणं हा अपरिहार्य भाग असतो. त्या चुकांना पालकाचा कसा प्रतिसाद असेल त्यावर बालकाचा आत्मविश्वास अवलंबून असतो. काही चुका बालक स्वतः ओळखून सुधारायचा प्रयत्न करतं. काही चुका इतरांनी दाखवल्यानंतर कळतात. चूक दाखवण्याच्या अनेक पद्धती आहेत. कृतीपासून परावृत्त करण्यासाठी 'असं नाही करायचं राजा!' असे शब्द प्रेमानं वापरून चूक दाखवता येते. 'मूर्ख कुठला, तुला काही येत नाही' असं रागावूनही चूक दाखवता येते. चुकीबद्दल शिक्षेखातर मारही दिला जाऊ शकतो. यामुळे बालकामध्ये न्यूनगंड येतो, आत्मविश्वास कमी होतो.

दोन वर्षांच्या पुढे पाच वर्षांपर्यंत मुलामुलींचं खूप धावपळ करायचं, मस्ती करायचं, वेगवेगळे प्रयोग करायचं, अनुकरण करायचं वय असतं. जागेपणीचा प्रत्येक क्षण शिकण्यासाठी वापरला जातो. अनुकरणातून मुलं शिकतात. प्रयोगशीलतेतून शिकतात. प्रयोग करत असताना कधी अपघातांना सामोरं जातात. अपघात होण्याची कारणं पुष्कळदा अनुभवांचा अभाव, बुद्धीची अपरिपक्वता व स्नायूंमधील परस्पर सहकार्य व समन्वय यांचा अभाव व अपुरी शक्ती यातील एक किंवा अनेक असू शकतात. पाचव्या वर्षी मात्र स्नायूमधील शक्ती, समन्वय, समज, या सगळ्यामध्ये काही अंशी परिपक्वता आली असते. रोजच्या व्यवहारात आवश्यक असलेली अनेक लहानमोठी कामं करायची शक्ती व क्षमता त्यांच्यात आलेली असते. मोठ्या माणसाच्या शारीरिक क्षमतांचं बटुरूप असतं.

या तीन वर्षांच्या काळात आदर्श पालकांचा व्यवहार शांततेचा, सहनशीलतेचा, समजूतदारपणाचा असायला हवा. मूल व पालक यांच्यामधील परस्पर व्यवहारातील त्रुटींमुळे मुलांमध्ये न्यूनगंड येऊ शकतो, पुढाकार घेण्याची वृत्ती कमी होऊ शकते.

'नको', 'नाही', 'खबरदार' असे तारस्वरात ओरडलेले पालकांचे शब्द दोन प्रकारने परिणाम करत असतात. अनुकरणाच्या वृत्तीमुळे मूल ओरडून बोलायला शिकतं, 'नाही', 'नको'

'खबरदार' असे शब्द शिकतं व मनाविरुद्ध घडलं की चिडायचं व ओरडायचं हेही अनुकरणानं शिकतं.

मूल अपघाताला सामोरं जाईल असं वाटलं तर शक्यतो जवळ जाऊन त्या कृतीला हातांनं प्रतिबंध करायला हवा. शक्यतो न ओरडता 'नाही रे राजा', 'असं नाही करायचं' असे शब्द मृदूपणे वापरले जावेत. मूल अगदीच लहान असतं तेव्हा काहीही न बोलता त्या स्थळापासून किंवा कृतीपासून मुलाला दूर केलं जावं. मुलांचं लक्ष इतरत्र वळवलं जावं.

या वयातलं मूल घरात असताना पालकांना सतर्क राहावं लागतं. अपघाताची शक्यता लक्षात घेऊन लक्ष ठेवावं लागतं. अपघातातून मुलाला इजा होण्याची शक्यता तर असतेच, पण घरातील मूल्यवान सामानाची मोडतोड होऊ शकते. दोन ते तीन वर्षांच्या काळात समज कमी असल्यामुळे अशा घटना जास्त घडतात. अशा वेळी घरातील सामानाची रचना बदलायचा प्रयत्न केला जावा. मुलांचा हात पोचेल अशा ठिकाणी मूल्यवान वस्तू ठेवल्या जाऊ नयेत. मुलांना मुक्तपणे खेळण्यासाठी जागा उपलब्ध करून दिली जावी. घरातल्या एखाद्या खोलीत रंगीबेरंगी न तुटणारी खेळणी ठेवली जावीत. ती भरून ठेवण्यासाठी किंवा रिकामी करण्यासाठी टब किंवा बादली खोलीमध्ये असावी. रोज काही वेळ बागेमध्ये किंवा अंगणात मुक्तपणे हुंदडण्यासाठी मुलांना नेलं जावं. घरी काही वेळ तरी मुलांसोबत अनिर्बंध मस्तीसाठी वेळ दिला जावा.

या वयात मुलं नकळत पालकांचं अनुकरण करत असल्यानं पालकांनी आपल्या वर्तणुकीमधून मुलांच्या समोर अवांछनीय आदर्श उभे करू नयेत. या निमित्तानं स्वतःच्या वागण्याबोलण्याचं मूल्यमापन करणं आदर्श पालकत्वासाठी आवश्यक समजलं जावं.

मुलांच्या सवयी घडवण्याचं वय

तीन वर्षे ते सहा वर्षे या दरम्यान शारीरिक वाढ हळू होत असली तरी बोलणं, विचार करणं याबाबतीत वेगानं वाढ होत असते. काय करावे, काय करू नये, याविषयी आईवडिलांचं योग्य ते मार्गदर्शन आवश्यक असतं. चांगल्या सवयी लागणं आणि चांगले संस्कार करणं हे पालकाचं या वयातील मुलांसाठी अतिशय आवश्यक कर्तव्य असतं.

या वयात (तीन ते सहा वर्षे) शारीरिक वाढ हळू असली तरी स्मृती, विचार करणं, बोलणं यात वेगानं प्रगती होणार असते. या काळात नातीगोती पण विकास पावत असतात, घरी, शेजारी, बालमंदिर व शाळेमध्ये त्यांना शिकण्यासाठी खूपशा गोष्टी उपलब्ध होत असतात. या शिकण्याच्या नादात चुका घडतात. अपघातांचं प्रमाण वाढतं.

तिसऱ्या वर्षी बोटांच्या इवल्या इवल्या स्नायूंवरचा ताबा परिपक्व झाल्यामुळे सरळ रेघ काढायला जमतं, गोल काढायला जमतं.

चौथ्या वर्षी सरळ रेषेवर कात्रीनं व्यवस्थित कापता येतं.

पाचव्या वर्षी मणी ओवता येतात. चौकोन काढता येतो.

तिसऱ्या वर्षी चमच्यांनं खाता येतं. एका भांड्यातून दुसऱ्या भांड्यात द्रवपदार्थ ओतता येतो. फ्रॉकची किंवा चड्डीची बटणं उघडता व लावता येतात. स्वतः कपडे काढता व घालता येतात. टॉयलेटला स्वतः जायचं, नंतर हात धुवायचे हेही जमतं.

या सगळ्या गोष्टी मुलांना करता येतात याकडे आईवडिलांचं लक्ष असलं आणि कौतुक केलं गेलं की मुलांचा हुरूप वाढतो. मुलांना शिस्त लावत असताना चुकीच्या गोष्टींसाठी शिक्षा करणं हा एक मार्ग असतो. आणि योग्य गोष्टींबद्दल कौतुक आणि प्रोत्साहन हा दुसरा व अधिक योग्य मार्ग असतो. योग्य कामं मुलांना सांगायची व ती केली की त्याचं कौतुक करायचं असं घडलं की मुलांचा उत्साह व आत्मविश्वास वाढतो आणि त्यांच्या स्नायूंची क्षमता व सहकार्यसुद्धा वाढतं. मुलांना विधायक कामं सांगायची व त्यांच्या क्षमतेनुसार त्यांनी पूर्ण केली की शब्दातून व कृतीमधून त्यांना शाबासकी द्यायची, कौतुक करायचं, लाड करायचे हा जागरूक पालकत्वाचा महत्त्वाचा भाग असतो. या वयातील मुलांच्या ओसंडून वाहणाऱ्या उत्साहाला योग्य तो विधायक मार्ग दाखवला गेला तर मुलांच्या व्यक्तिमत्त्वाला सकारात्मक आयाम मिळतो. भाषा, कृती, विचार या तीन महत्त्वाच्या घटकांना खतपाणी घालण्यासाठी मुलांचं हे आदर्श वय आहे असतं. मुलांच्या योग्य सवयी घडवण्याचं हे वय असतं.

या वयात मुलांशी संवाद साधला गेला तर मुलांचं ज्ञानसंकलन वाढतं. या वयात ज्या मुलांशी आईवडील दोघेही संवाद साधतील, वेळ देतील ती मुलं ज्ञानानं, कृतीनं, बुद्धिमत्तेनं आणि व्यक्तिमत्त्वाच्या दृष्टीतून निश्चित वरचढ होतील.

हे काय? कसं? केव्हा? कुठे? अशा प्रकारचे सतत प्रश्न विचारायचं हे वय असतं. प्रचंड कुतूहल असतं. ज्ञानलालसा असते. आणि हे शमवणारे पालक मिळतील ती मुलं भाग्यवान. या वयात शारीरिक वाढ मंद झालेली असल्यामुळे शरीराची अन्नघटकाची गरज कमी झालेली असते व मुलांच्या पोटाला भूक कमी लागते. पण या वयात मुलांच्या मेंदूला मात्र भूक लागत असते. सगळी ज्ञानेंद्रियं नवं मिळवायला आसुसलेली असतात. ही त्यांची भूक भागवणारे पालक जर

मिळाले तर मुलांची बुद्धिमत्ता निश्चित वाढते. असं अभ्यासकांचं मत आहे.

संवेदनशील, प्रेमळ, मुलांचं वागणं-बोलणं समजून घेणारे, मुलांना बोलण्याचं स्वातंत्र्य देणारे, त्यांचं बोलणं नीट ऐकून घेणारे, त्यांना नवा अनुभव घेऊ देणारे पालक जर मिळाले तर अशी मुलं मुली जास्त बुद्धिमान, जास्त परिपक्व होतात, असं क्लार्क व स्टुअर्ट या मानसशास्त्रज्ञांनी केलेल्या अभ्यासाचे निष्कर्ष आहेत. असे पालक मुलांवर नियमांचं ओझं लादत नाहीत. त्यांची भाषा सकारात्मक असते, मुलांच्या भावनांचा विचार करून शब्द वापरतात. मुलांना वागण्या-बोलण्याचं स्वातंत्र्य देतात. त्यांना वाचून दाखवतात, नव्या सकारात्मक गोष्टी कृतीनं शिकवतात, मुलांशी खेळतात. यातून मोठी होणारी मुलंमुली सर्जनशील होतात. नव्या गोष्टी शिकायचा, आत्मसात करायचा प्रयत्न करतात. शाळेतील त्यांचं वर्तन व प्रगतीही समाधानकारक असते.

या वयात आईसोबतच वडिलांचा पालकत्वातील सहभाग महत्त्वाचा ठरतो. वडील मुलांशी कसे वागतात, मुलांच्या आईशी कसे वागतात, आणि घरातील इतर व्यक्तींकडून आईला मिळणारा आदर याचा मुलामुलींवर परिणाम होत असतो.

मुलींपेक्षा मुलांवर होणारा वडिलांचा परिणाम जास्त असतो. वडिलांचं बोलणं, वागणं, भाषा, हावभाव, भावनांचा आविष्कार, विचारांची व अडचणींवर मात करण्याची पद्धत हे सगळं मुलं तंतोतंत उचलत असतात. ज्या वडिलांची भीती वाटत नाही आणि जे समजून घेऊन प्रेमानं वागत असतात, अशा वडिलांचं मुलगे सर्वार्थानं अनुकरण करतात.

मुलींवर होणारा वडिलांचा परिणाम वडिलांच्या वृत्तीवर अवलंबून असतो. ज्यांची भीती वाटत नाही व ज्यांच्याकडे आधारासाठी धाव घ्यावीशी वाटते अशा वडिलांच्या देखरेखीखाली मुलींची बौद्धिक व मानसिक व भावनिक वाढ सर्वोत्तम होत असते. ज्या मुलामुलींच्या डोक्यावर वडिलांचं छत्र नसतं, अशा मुलांच्या बुद्धिमत्तेवर व वर्तणुकीवर वेगळा परिणाम होत असतो. त्यातल्या त्यात आई जर पुरेशी खंबीर व आर्थिकदृष्ट्या सबल असेल तर नकारात्मक परिणाम कमी होतो. घरामध्ये मोठा भाऊ, काका, मामा किंवा आजोबा

अशा पुरुषांचं अस्तित्व असेल तर काही अंशी वडिलांची गैरहजेरी मुलं निभावून नेऊ शकतात. वडिलांच्या नसण्यावर आईची होणारी प्रतिक्रियासुद्धा मुलांच्या मानसिकतेवर परिणाम करत असते. मृत्यूमुळे किंवा घटस्फोटामुळे वडिलांशिवाय वाढणाऱ्या मुलामुलींमध्ये वर्तनसमस्या दिसू शकतात. आईशिवाय मोठ्या होणाऱ्या मुलामुलींमध्ये या समस्या जास्त प्रमाणात असू शकतात.

आजकाल आई व वडील दोघेही नोकरी किंवा व्यवसायात असलेल्या कुटुंबांची संख्या वाढलेली आहे. आई व वडील दोघेही बाहेर असताना घरी आजी, आजोबा असतील तर मुलांना तेवढा आधार पुरेसा ठरू शकतो. अर्थातच आजीआजोबा जर चालतेफिरते, प्रेमळ असतील तर! प्रेमळ आजीआजोबांमुळे मुलामुलींच्या व्यक्तिमत्त्वावर सकारात्मक परिणाम होऊ शकतो. कधी मुलांवर इतर नातेवाइकांसोबत राहण्याची वेळही येऊ शकते. काही वेळा घरी एखादी मोलकरीण ठेवली जाते. काही घरी पाळणाघरामध्ये मुलांना पाठवलं जातं. ३ ते ६ वर्ष वयाच्या काळात मुलांच्या उत्साहाला सकारात्मक वळण देणारे पालनकर्ते त्यांना प्रेम व सुरक्षिततेची भावना देवू शकत असतील तर मुलांच्या मानसिक वाढीला बाधा येत नाही आणि बुद्धिमत्तेची वाढसुद्धा समाधानकारक असते. चांगल्या प्रकारची काळजी घेणाऱ्या पाळणाघरामध्येसुद्धा ही वाढ अबाधित राहू शकते. पाळणाघरातील मुलांची सामाजिक वाढ निश्चितपणे जास्त चांगल्या पद्धतीने होते. परस्पर साहचर्य, सहकार्य, देण्याची वृत्ती, मदत करण्याची वृत्ती यातून तयार होऊ शकते.

मुलामुलींना पालकांकडून मिळणारं प्रेम आणि सुरक्षिततेची भावना, त्यांना मिळणारं वागण्या-बोलण्याचं स्वातंत्र्य, गरज पडेल तेव्हा मदत मिळेल ही खात्री, चांगल्या व सकारात्मक कृतीबद्दल स्तुती, प्रोत्साहन किंवा बक्षीस मुलांच्या बुद्धिमत्तेच्या व व्यक्तिमत्त्वाच्या वाढीसाठी पोषक ठरत असते. ३ ते ६ वर्ष वयाच्या काळात जास्तीचा उत्साह व अनुभव व परिपक्वतेचा अभाव असल्यामुळे मुलं चुका जास्त करू शकतात व अपघातांना समोर जाऊ शकतात. चुकांमधून मुल शिकत असतात, त्यामुळे चुकांवर पालकांची प्रतिक्रिया रागावण्याची नसावी, आधाराची असावी. छोट्या अपघातांसाठीसुद्धा पालकांची वृत्ती अशीच असायला हवी. मुलांना प्रयोग करण्याचं स्वातंत्र्य हवं; पण प्रयोगाच्या दरम्यान अपघात घडू नये म्हणून पालकांचं लक्ष असावं. मदत मागितल्याशिवाय दिली जाऊ नये. शारीरिक इजा अपघात किंवा इतरांना पोचणारी इजा व आर्थिक नुकसान होण्याची शक्यता असली तरच न मागता मदत दिली जावी. सकारात्मक वर्तन, छोट्या छोट्या कृतीमधील यश यांची दखल घेऊन प्रोत्साहन दिलं जावं. मुलांचा सकारात्मक कृतींशी व खेळांशी परिचय करून दिला जावा.

बालवयातील मुलांच्या योग्य वाढीसाठी आदर्श पालकत्वामधील या लहान लहान कृतींचं महत्त्व निर्विवाद आहे.

कौशल्ये
आत्मसात करायला हवीत

मुलांच्या वाढीच्या वयात, प्रत्येक वयानुसार त्या त्या वयात आवश्यक असलेली सर्व कौशल्ये शिकायला हवीत. सहा ते दहा वयोगटातील मुलांना समवयस्क मुलामुलींशी मैत्री करता यायला हवी, ती टिकवता यायला हवी. एखाद्या तरी खेळात स्वतःचं कौशल्य सिद्ध करता यावं, अशासारख्याच त्या त्या वयाच्या वेगवेगळ्या मागण्या असतात.

प्रत्येक मूल काही क्षमता घेऊन जन्माला येतं. आपल्यातील क्षमतांचा वापर करून मुलंमुली वेगवेगळे प्रयोग करतात. त्यातून कौशल्य आत्मसात करतात. रांगणं, उभं राहणं, चालणं, बोलणं या गोष्टी क्षमतेनुसार, योग्य वय आलं की कौशल्यात रूपांतरित होतात. ठरावीक वयामध्ये ठरावीक कौशल्यं आत्मसात करणं याला हॅविगहर्स्ट नामक शास्त्रज्ञानं 'विकासाची कर्तव्ये' असं नाव दिलेलं होतं.

ठरावीक वयात ठरावीक कौशल्यं आत्मसात करणं याला एक सामाजिक आयाम असतो. ही कौशल्यं आत्मसात केली गेली नाहीत तर आसपासचे लोक, शेजारीपाजारी, मुलांचे सवंगडी सगळ्यांच्या नजरेत प्रश्नचिन्ह उभं राहतं. घरातील वडीलधारी मंडळी काळजी करतात. समवयस्क मुलंमुली नावं ठेवतात. टीका करतात. तो दोष समजतात.

पाच-सहा वर्षांपर्यंत मुलामुलींनी व्यवस्थित चालायला हवं, नीट बोलायला हवं, हातानं

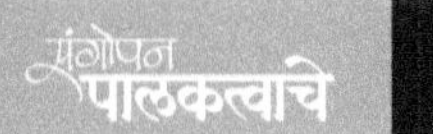

जेवायला हवं, स्वतःहून टॉयलेटला जाता यायला हवं, रात्री बिछाना ओला होऊ नये, मुलगा व मुलगी यातलं वेगळेपण समजायला हवं. वाचणं थोडंफार शिकायला हवं. चांगलं काय, वाईट काय यातील फरक थोडाफार समजायला हवा.

६ ते १० वर्षांच्या वयात सगळ्या प्रकारच्या खेळामध्ये सहभाग घेण्याची क्षमता व थोडंफार कौशल्य आत्मसात करता यायला हवं. समवयस्क मुलामुलींशी मैत्री करायची व टिकवायची क्षमता असावी. मुलगा व मुलगी यांच्यातील वेगळेपण जाणून त्यानुसार व्यवहार करता यायला हवा. वाचणं, लिहिणं, गणित हा अभ्यासाचा भाग आत्मसात करता यायला हवा. चांगलं, वाईट, नीती अनीती यांची जाणीव व त्यातील फरक जाणून त्यानुसार वागणूक ठेवणं या वयात जमायला हवं.

मित्रमंडळींशी जमवून घेता यायला हवं. वयानं लहान व मोठ्या असणाऱ्या व्यक्तींसोबत योग्य व्यवहार व संभाषण करता यायला हवं. सगळ्यांशी जमवून घेता यायला हवं. ही सगळी विकासकर्तव्ये जी मुलंमुली योग्य तऱ्हेनं करू शकतील, त्यांचा समवयस्क असलेली मुलं मुली सहजपणानं स्वीकार करतात. मैत्री करतात. घरातील व बाहेरची वयस्कर मंडळी कौतुक करतात.

जन्मतः दोष असेल, सारखी आजारपणं येत असतील, घरचं वातावरण पोषक नसेल, आहारात जर पुरेशी पोषकद्रव्यं नसतील तर मुलंमुली योग्य वयात अपेक्षेप्रमाणे विकासाची कर्तव्ये पार पाडू शकणार नाहीत.

ज्या मुलांचा आहार संपूर्ण असेल, जन्मतः दोष नसतील, आजारपणं फारशी नसतील व घरी कौतुक करणारे आईवडील असतील, त्यांना प्रोत्साहन देत असतील, विकासासाठी संधी उपलब्ध करून देत असतील, त्या घरातील मुलंमुली विकासाची कर्तव्ये इतर मुलामुलींच्या आधी पूर्ण करतात. अशी मुलंमुली समवयस्कांच्या नजरेत, आसपासच्या लोकांच्या नजरेत हुशार समजली जातात. यातून त्यांचा आत्मविश्वास वाढतो. अशी मुलंमुली आनंदी असतात. सुखी असतात. आत्मनिर्भर होतात. स्पर्धेमध्ये पुढे जातात.

दहा वर्षांच्या नंतरचं वय पौगंडावस्थेचं येणार असतं. जी मुलंमुली आपलं बालपण यशस्वीपणे पार करतात, त्यांचा पौगंडावस्थेतील प्रवेश व त्यापुढील प्रवास यशस्वी होणार असतो. आदर्श पालकांनी हे सगळे विचार समोर ठेवून आपल्या मुलामुलींचं संगोपन करायला हवं.

'अहम्' दूर करा!

मुलामुलींनी त्यांना न आवडणाऱ्या कामाला 'नाही' म्हटलं,
की खूपशा पालकांचा 'अहम्' दुखावतो. 'माझं ऐकत
नाही म्हणजे काय!' अशा मानसिकतेतून रागावणं, चिडणं,
क्वचित मारणं घडतं.

पाच ते दहा या वयोगटातील मुलामुलींशी संवाद साधताना आईवडिलांचा 'अहम्' अडसर ठरू शकतो. 'मुलं ऐकत नाहीत', 'मुलं मस्ती करतात', 'मुल एक क्षण स्वस्थ बसत नाहीत', 'मुलं ओरडून बोलतात'... अशा प्रकारच्या तक्रारी या मुलामुलींबद्दल पुष्कळसे आईवडील करत असतात. याला पुष्कळ अंशी पालकच जबाबदार असतात.

रोजची सकाळ 'मुल काय चुका करतात' असं शोधण्याचा चष्मा घेऊन जर उजाडली, तर मुलांसाठी व पालकांसाठी तो क्लेशदायक अनुभव ठरू शकतो. ओरडून चूक दाखवली गेली तर त्याला ओरडून प्रत्युत्तर दिलं जातं.

या वयातल्या मुलामुलींसाठी वापरायची पालकनीती जाणीवपूर्वक वापरली जायला हवी. मुलानं किंवा मुलीनं कुठली चांगली कृती केली, यावर बारीक नजर ठेवायला हवी. योग्य, समाजमान्य, चांगल्या कृतीची दखल जर घेतली गेली तर मुलांचा आनंद वाढतो, उत्साह द्विगुणित होतो. या योग्य कृतीची स्तुती करून, शाबासकी देऊन दखल घेतली गेली तर आनंद वाढतो आणि अशी शाबासकी मिळवण्यासाठी त्यांचे प्रयत्न सुरू होतात. हा मार्ग वापरून पालक-बालक संबंधांतला सकारात्मक अध्याय सुरू होऊ शकतो.

मुलामुलींशी बोलताना 'प्लीज', 'कृपा करून', 'करशील का?' अशी आर्जवी व विनंतीवजा भाषा असली तर मुल ते काम करण्याची शक्यता वाढते. अशा प्रश्नांना उत्तरंही अशाच नरम

भाषेत, हळू आवाजात दिलं जातं. ओरडून, आज्ञा फर्मावणारे प्रश्न बहुधा 'नाही', 'नको' अशी नकारात्मक उत्तरं तारस्वरात घेऊन येतात. मुलांच्या या वयात त्यांना देवाणघेवाणीची भाषा समजत असते. 'अमकं केलंस तर अमकं मिळेल' अशी भाषा मुलांना समजते व पटतेही; पण यातून मुलामध्ये अटी घालण्याची प्रवृत्ती बळावू शकते. लालूच न दाखवता, लाच देऊ न करता सकारात्मक कार्यासाठी उत्स्फूर्त, अनपेक्षित पुरस्कार देणं जास्त श्रेयस्कर ठरतं. आपली चांगली, सकारात्मक कृती बक्षीस मिळवून देते, ही मानसिकता मुलांमधील उत्साह वाढवू शकते.

मुलामुलींच्या उत्साहाचा सकारात्मक उपयोग करून घेतला गेला तर सुदृढ व्यक्तिमत्त्व घडणं शक्य होतंच; पण बालक व पालक यांच्यातील सुसंवाद दोघांनाही आनंददायक ठरतो.

मुलामुलींचं हे मैत्री करण्याचं वय असतं. त्यांच्या मित्रांना जर मानाची वागणूक मिळाली तर मुलांचा आनंद वाढतो. मैत्रीला प्रोत्साहन दिल्यामुळे मुलांचा सामाजिक विकास व्हायला मदत होते. मुलांच्या उत्साहाचा सकारात्मक उपयोग केला गेला तर मुलांचा आनंद वाढतो, मुलं नव्या गोष्टी शिकायला उद्युक्त होतात.

अचंबित होण्याचं हे वय असतं. नवा अनुभव जसा आनंद देतो तसे काही काळजीचे क्षणही देत असतो. उडी मारायच्या आधीचा चिंताग्रस्त चेहरा, हिंमत लावून उडी मारल्यावर प्रफुल्लित होतो. असे नव्या अनुभवांचे अचंबित होण्याचे क्षण मुलांना देण्याचं काम पालकांचं असतं. कुठलीही नवी कृती करताना पालकांचा पाठीवरचा हात मुलांचा उत्साह व हिंमत वाढवत असतो. मुलांचं अनुभवविश्व जितकं समृद्ध, तितका त्यांचा आत्मविश्वास वाढत असतो. वर्तनात सहजता येत असते.

या वयात उत्साहाच्या भरात असलेली मुलं दुःखाचे क्षण समर्थपणे पेलत असतात. फक्त त्या दुःखाचं इतरांकडून भांडवल व्हायला नको. रडणारं मूल लक्ष विचलित केलं, की थोड्या वेळानं हसायला लागतं. 'काय लागलं?', 'कुठं लागलं?' असे प्रश्न किंवा 'रडू नको', 'काही नाही होत' असं समजावणं ते रडणं वाढवू शकतं. रडणं लगेच थांबलं तर 'तू खूप शूर आहेस' अशा अर्थाचे शब्द वापरण्याचं अवधान ठेवलं जावं. आपण मोठ्या वयातली माणसंसुद्धा दुःखद क्षणांची मनातल्या मनात उजळणी करून दुःख वाढवत असतो. मुलांना तशी सवय लागू नये या दृष्टीने पालकांनी सतर्क राहायला हवं. मुलामुलींना असलेलं प्रयोगशीलतेचं वेड व उत्साह लक्षात घेऊन मुलांना नवे अनुभव घ्यायला उद्युक्त केलं जावं. घरातली छोटी कामं, भाजी आणणं, बँकेत जाणं अशासारखी बाहेरची कामं, प्रसंगी गॅस पेटवणं, कुकर लावणं, पोळ्या लाटणं, भाजी निवडणं अशा कामांतही मुलांचा सहभाग घेतला जावा. कामं केलीत की स्तुती, शाबासकी, बक्षीस दिलं जावं.

या सगळ्या गोष्टी लक्षात घेतल्या तर पालकत्व हा आनंददायी अनुभव होऊ शकतो.

ताणतणाव आणि मुलं

ताणतणावांच्या नियोजनाचे प्राथमिक धडे मुलांना बालपणीच्या पाच ते दहा या वर्षांतच मिळतात. मनाविरुद्ध घडलं की रागावणारे वडील, चिडचिड करणारी आई, मुलांपुढे चुकीचा आदर्श ठेवत असते. ते पाहून मुलंही आपल्या ताणतणावांचा निचरा याच पद्धतीने करू लागतात.

दिवसभरामध्ये मुलांसोबत होणारे संवाद आईवडिलांच्या परस्परसंबंधांचे व मानसिक स्वास्थ्याचे निर्देशक असतात. सकारात्मक संबंध वाढविणारे प्रसंग पुढीलप्रमाणे घडवले जाऊ शकतात.

१. 'काय बेटी कशी आहेस?' किंवा 'काय राजा काय चाललं आहे?' असे प्रेमळ आवाजातले, प्रेम व्यक्त करणारे संवाद मुलांशी किती वेळा घडतात?

२. 'मला पेला भर पाणी आण.' अशी आज्ञा न करता 'काय, बाबांना पेलाभर पाणी आणणार, का?' असं विनंतीच्या स्वरात काम सांगितलं जातं का? 'प्लीज मला मदत करशील का?' अशी भाषा वापरली जाते का?

३. 'शाबास', 'छान', 'मला आवडलं' असे शब्द योग्य कृतीनंतर उच्चारले गेले का? मुलांना हसलं गेलं, की मुलांसोबत हसलं गेलं?

४. चुका किती वेळा दाखवल्या गेल्या? टीका किती वेळा केली गेली? चूक केली असताना कुठलाही नकारात्मक संवाद टाळला गेला का?

५. योग्य कृतीची शब्दांमध्ये दखल घेतली गेली का?

६. 'धन्यवाद', 'खूप काम केलंस', 'खूप छान काम केलंस', 'असं वागलं की मला खूप

आनंद होतो' अशा वाक्यांचा उपयोग मुलांच्या योग्य वर्तनानंतर केला जातो का?

७. 'तू मला आवडतो/आवडतेस' अशा अर्थाची वाक्यं दिवसातून किती वेळा वापरली जातात?

८. मुलांचं मत किती वेळा विचारलं जातं? 'तुला काय हवं?', 'तुला काय आवडतं?', 'तुझ्यासाठी काय आणायचं' किंवा बाजारात खरेदीला गेल्यावर 'तुझ्यासाठी काय घ्यायचं आहे?' असे प्रश्न विचारले जातात का?

९. मुलांच्या समोर शांतपणानं बसून त्यांचे प्रश्न किंवा समस्या ऐकून घेतल्या जातात का?

वरील प्रकारच्या घटना आपल्या घरात प्रत्यही घडतात. परस्पर संवाद त्यानुसार घडतात, असं असेल तर त्या घरातील ५ ते १० वर्षे वयोगटातील मूल योग्य तऱ्हेने संस्कारित होत आहे, असं अनुमान काढायला हरकत नाही.

पुढे दिलेले संवाद पालक-बालक संबंधांमध्ये बाधा आणतात. असे प्रसंग शक्यतो टाळण्याचा प्रयत्न व्हावा.

१. 'नाही', 'नको', 'करायचं नाही' अशी वाक्यं किती वेळा वापरली गेली. 'असं करायचं नाही', 'आता करायचं नाही', 'हे चूक आहे' अशी टीका करणारी, नापसंती दर्शवणारी वाक्यं किती वेळा वापरली गेली?

३. 'मला त्रास देऊ नकोस', 'माझ्या डोळ्यांसमोरून निघून जा', 'चालता हो', 'निघून जा' अशी सहवास नाकारणारी वाक्यं किती वेळा वापरली गेली?

४. मुलांवर किती वेळा ओरडलं गेलं? मुलांना किती वेळा रागावलं गेलं? मुलांना किती वेळा शिक्षा केली गेली?

५. 'तू मूर्ख आहेस', 'तुला काही समजत नाही', 'बावळट आहेस' अशा तऱ्हेची नकारात्मक विशेषणे किती वेळा वापरली गेली?

६. 'तू मला आवडत नाहीस', 'मला तुझा संताप येतो', 'मला तुझा राग येतो' अशा अर्थाची वाक्यं किती वेळा उच्चारली गेली?

पालकांनी आत्मपरीक्षण करून जर बालक-पालक संबंधातील संवादाचा साकल्यानं विचार केला, तर सकारात्मक संवाद करणं शक्य होतं. आईवडील आपल्या मुलांपेक्षा वयानं मोठे असल्यामुळे सकारात्मक संवाद घडवण्याची, शिकवण्याची जबाबदारी त्यांची असते. 'मुलानं/मुलीनं मला राग आणला' असं जेव्हा आईवडील म्हणतात तेव्हा मानसशास्त्रज्ञ म्हणून त्यांचं प्रबोधन करावंसं वाटतं. आपल्या रागालोभाची जबाबदारी इवल्याशा जीवावर टाकणारे आईवडील परिपक्व समजायचे का?

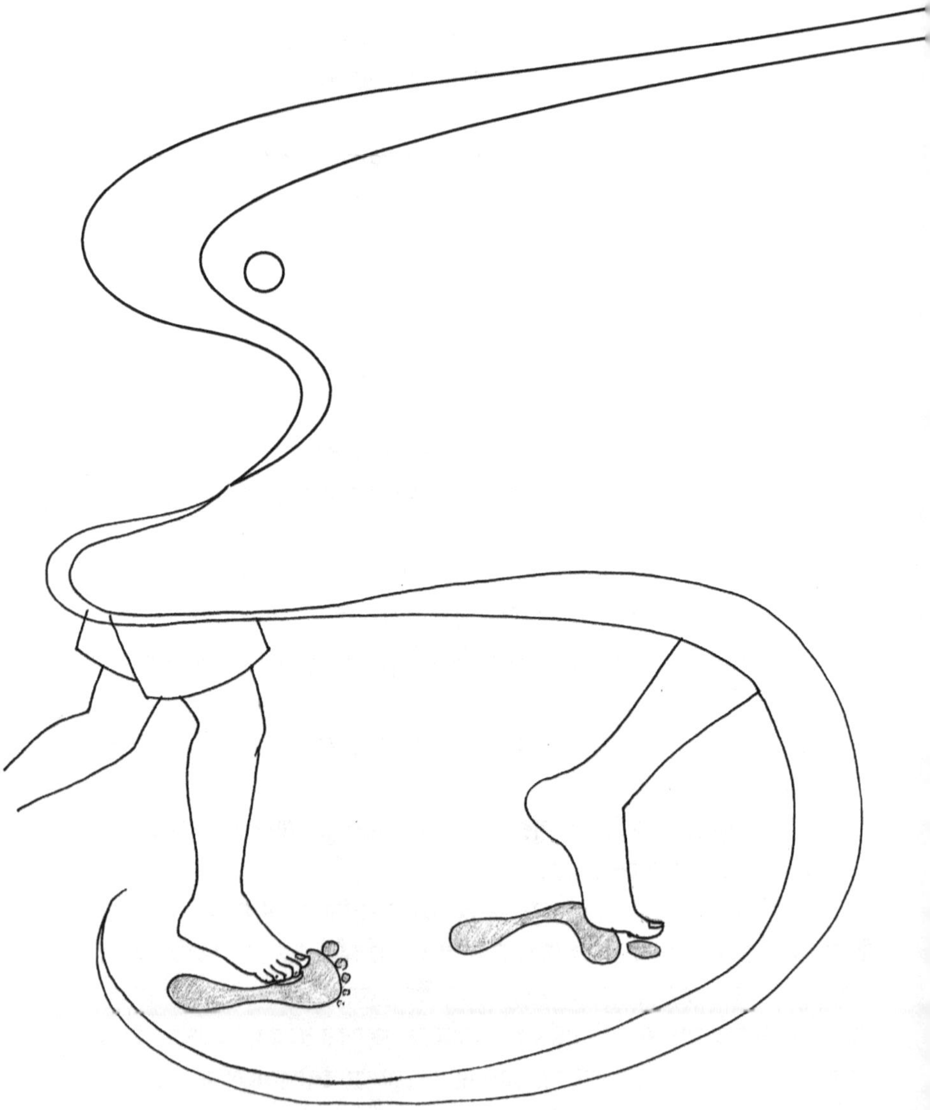

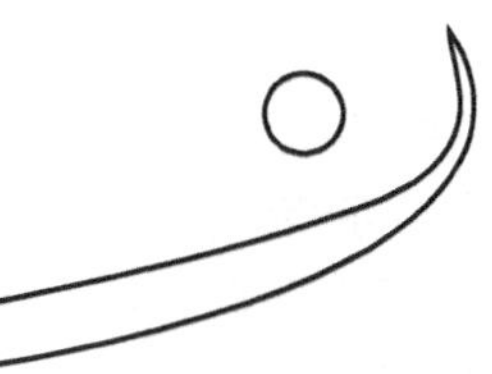

मूल ऐकत नाही?

'आमचं मूल अजिबात ऐकत नाही', 'काही सांगायला जावं तर आमच्याशी ओरडून बोलतो', 'आक्रस्ताळेपणा करते' अशा तक्रारी पालक करत असतात. मुलाला किंवा मुलीला तपासून उपचार करावेत, अशी त्यांची अपेक्षा असते. खरंतर त्यांनी स्वतःलाच तपासणं जास्त गरजेचं असतं.

विनीची आई तक्रार घेऊन आली होती. 'विनी खूप ओरडून बोलते. शिरा ताणून ताणून बोलते' अशी ती तक्रार होती. त्या तक्रारीचं कारण लगेचच लक्षात आलं; कारण विनीची आई स्वतःच जोरजोरात बोलत होती. बोलताना तिच्या गळ्याचे स्नायू, मानेच्या शिरा ताणलेल्या दिसत होत्या. मुलीला घरी ठेवून भेटायला म्हणून आईला बोलावलं. तिला समजवून सांगितलं, की विनी नकळत तिच्या आईचं अनुकरण करते आहे. आईनं आपली सवय बदलली तर विनीमध्येसुद्धा नकळत अनुकूल बदल घडेल.

'मुलं ऐकत नाहीत' अशी तक्रार घेऊन जेव्हा आईवडील येतात, तेव्हा त्यालाही असंच कारण असतं. 'नाही' 'नको' हे नकारात्मक शब्द मुलं आईवडिलांकडूनच शिकत असतात. आईवडील हे शब्द वारंवार उच्चारत असतील तर मूल ते नकळत अनुकरणात आणेल. अनुकरणानं वर्तन व बोलणं शिकणं ही बालपणापासूनची प्रक्रिया असते. वय वाढतं व भोवतालचे संपर्कातले लोक वाढले की अनुकरणासाठी जास्त लोक उपलब्ध होतात. बालपणाचं वैशिष्ट्य म्हणजे सवयी लागायचं वय असतं. अनेक नव्या गोष्टी शिकण्याचा भाग म्हणजे या सवयी असतात.

मुलांमधील पुष्कळशा सवयी आईबाबांचं अनुकरण करता करता अंगवळणी पडत असतात. पालकत्व राबवणाऱ्या आईबाबांनी ही महत्त्वाची गोष्ट कधीही विसरू नये. या वयातली मुलंमुली म्हणजे आईवडिलांनी आपला आरसा समजायला हवा. 'त्यांची न आवडणारी कुठलीही कृती ते आपल्याकडून तर शिकले नाहीत नं?' हा प्रश्न वारंवार स्वतःला विचारायला हवा.

नवे पालक पुष्कळदा या गोष्टीबद्दल अनभिज्ञ असतात. मुलांना शिकवण्यासाठी रागावणं, शिक्षा याचा वापर जास्त करतात. काही काळ गेल्यानंतर मग 'मुलं ऐकत नाहीत, ओरडून बोलतात, चिडतात, हात उगारतात' अशा तक्रारी घेऊन तेच पालक येतात. मुलांनी या सगळ्या सवयी त्यांच्याकडूनच उचललेल्या असतात.

मुलं वागणं-बोलणं अनुकरणातून तर शिकत असतातच; पण विचार करण्याची पद्धतसुद्धा आईवडिलांकडून उचलत असतात. 'कंटाळा आला', 'उद्या करीन' हे शब्द, विचार व वर्तन मुलं आईवडिलांकडून शिकतात.

'साधीशी गोष्ट तुला जमत नाही'

'वेड्यासारखी वागतेस किंवा वागतोस'

'मूर्ख कुठला'

'तू नेहमीच असं वागतो, किंवा वागतेस'

'तुला काही समजत नाही'

'तू बावळट आहेस'

'तू धांदरट आहेस'

अशी विविध विशेषणं वापरण्याची काही आईवडिलांची सवय असते. त्यामागे उद्देश कितीही चांगला असला, तरी अशा नकारात्मक विशेषणांचा वापर केल्यामुळे मुलांच्या व्यक्तिमत्त्वामध्ये नकारात्मक बदल घडत असतात.

अशी शेलकी विशेषणं वापरल्यामुळे मुलं स्वतःला त्या स्वरूपात बघू लागतात. त्यांच्या मनी त्यांची स्वतःची प्रतिमा 'मूर्ख', 'बावळट', 'धांदरट' अशा स्वरूपात पाहिली जाते. यातून स्वतःला कमी लेखण्याची वृत्ती तयार होऊ शकते. मुलं आत्मविश्वास गमावण्याची शक्यता निर्माण होते. ही विशेषणं इतरांसाठी वापरायला मुलं शिकतात ते वेगळंच!

वर्तणुकीतील विशिष्ट चूक मोजक्या शब्दात समजवून सांगितली व सकारात्मक संदेश दिला गेला, तर मुलांच्या विचारात व वर्तनात सकारात्मक बदल घडू शकतात. 'अरे, तुला जमलं नाही तरी पुन्हा प्रयत्न कर. जमेल. तू हुशार आहेस.' अशा शब्दांमधून मुलांना सकारात्मक संदेश मिळतो व आत्मविश्वास वाढायला मदत होते. समजा, तुम्हाला उद्या एखाद्या कार्यक्रमाला जायचं आहे. अशा वेळी 'मला उद्या सकाळी १०.३० वाजता अमक्या कार्यक्रमाला जायचं आहे,' असं तुम्ही

स्वतःला अनेक वेळा नकळत बजावत असता. त्यामुळे कार्यक्रमाला जायची आठवण राहते व योग्य वेळी तुम्ही कार्यक्रमाला जाता. याला 'आत्मसंवाद' म्हणतात. या आत्मसंवादामधूनच प्रत्येक व्यक्ती आपापली कामं करत असते. विचारांना दिशा देत असते, कृती घडवून आणत असते. 'सकारात्मक आत्मसंवाद' ही आईवडिलांकडून प्रयत्नपूर्वक देण्यासारखी अमूल्य देणगी आहे असं मला वाटतं. मुलांशी बोलताना, त्यांना शिस्त लावताना, त्यांच्यावर संस्कार करताना नकारात्मक विशेषण व नकारात्मक भाषा टाळण्याचा प्रयत्न हा आदर्श पालकत्वाचा अविभाज्य घटक समजायला हवा. बालक-पालक संबंधांमध्ये ज्या कुटुंबात हे घडू शकतं त्या कुटुंबातील मुलंमुलीस्वतंत्र व्यक्तिमत्त्वाची, आत्मविश्वासपूर्ण व्यवहार करणारी होण्याची शक्यता असते.

कुठलीही गाडी चालवत असताना चालकाच्या हाती असलेलं चक्र त्या वाहनाला दिशा देत असतं. भरकटण्यापासून वाचवत असतं. सकारात्मक आत्मसंवादाचं मानवी व्यक्तिमत्त्वामध्ये व कर्तृत्वामध्ये अशाच प्रकारचं कार्य असतं. शारीरिक व्यंग, आर्थिक दुर्बलता, किरकोळ शरीरयष्टी असलेली अनेक व्यक्तिमत्त्वं कुठलाही न्यूनगंड न बाळगता आयुष्यात प्रगतिपथावर असतात. त्याला कारण असतं त्यांच्या अंतरंगातील सकारात्मक आत्मसंवाद आणि पालकांकडून प्रयत्नपूर्वक तो मुलांना दिला जाऊ शकतो.

आर्थिक अनुकूलता, उजळ रंग, सुंदर रूप, सुडौल शरीरयष्टी असं सगळं असूनही जर सकारात्मक आत्मसंवादाचा अभाव असेल तर अशा व्यक्ती पुढे जाऊ शकत नाहीत. त्यांचा नकारात्मक आत्मसंवाद न्यूनगंड निर्माण करतो आणि पुढे जाण्याची इच्छाशक्ती दुर्बल होते.

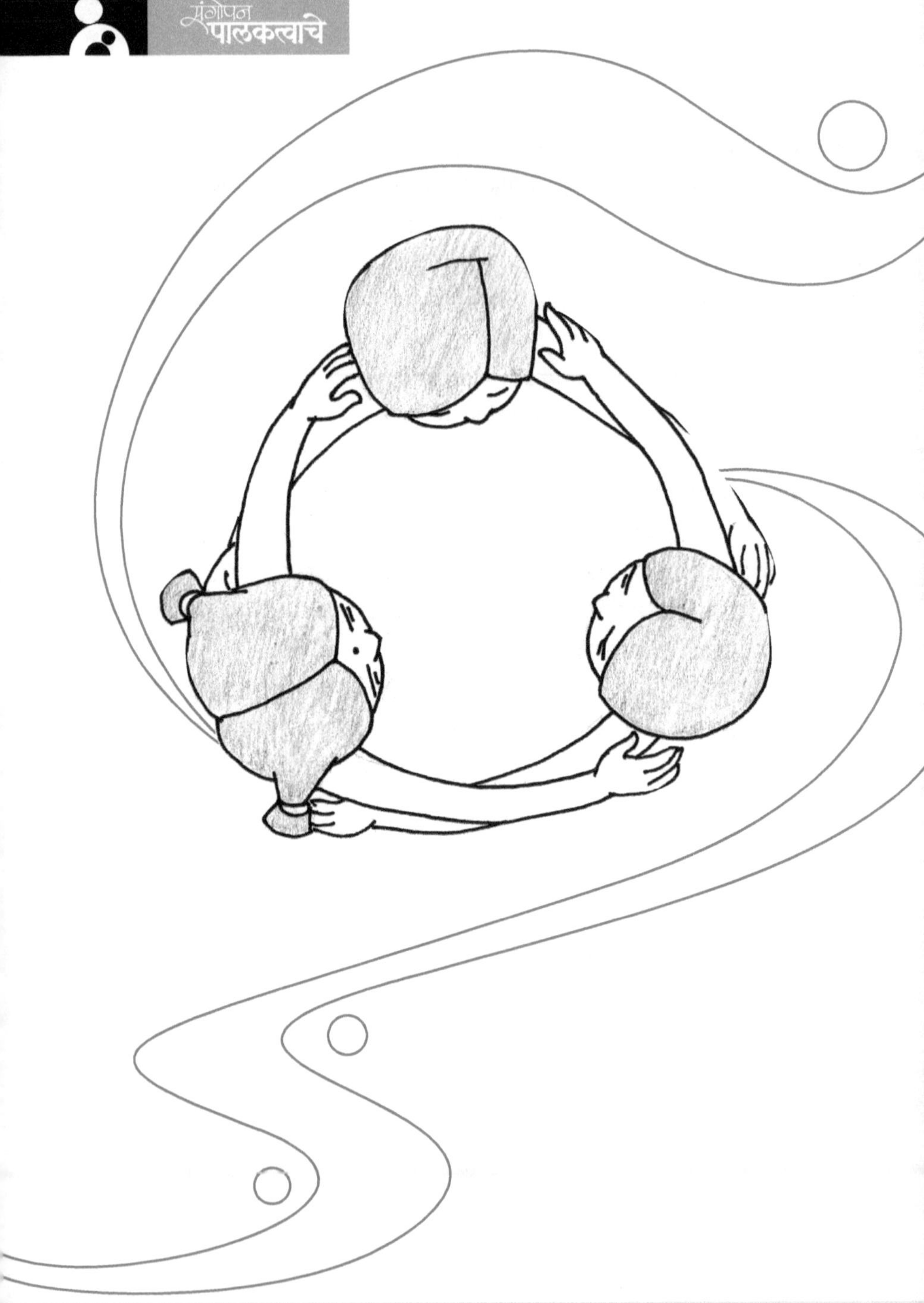

सामाजिक कौशल्ये

लहान मुलं स्वतःला समूहाशी, समाजाशी जोडून घ्यायला लागतात, ती शाळेत जायला लागल्यानंतर. तोपर्यंत त्यांचं जग कुटुंबापुरतंच मर्यादित असतं. त्यांची शाळेतील वाटचाल, वर्तन हे पुढील आयुष्याच्या दृष्टीनं महत्त्वाचं असतं.

व याच्या ५ ते १० वर्षांच्या काळाला 'शाळेचं वय', असंच नाव मानसशास्त्रज्ञांनी दिलेलं आहे. या आधीची दोन वर्षे पूर्वप्राथमिक म्हटली जातात.

या शालेय वयामध्ये मुलांचा बराच काळ शाळेत जातो. आधीच्या वयात आईवडील व कुटुंबीयांचं महत्त्व मुलामुलींच्या लेखी बरंच असतं. शालेय वयात शिक्षक व समवयस्क मुलांचं महत्त्व वाढत असतं. त्यांच्या वर्तणुकीचा परिणाम मुलामुलींवर होत असतोच. परस्परांकडून बऱ्यावाईट सवयींची देवाणघेवाण होत असते. अनुकरणातून भाषा व वर्तन दोन्हीमध्ये फरक पडत असतो. शिक्षक चांगले व मनमिळावू असले तर शिक्षकांचा पगडा बोलण्या-वागण्यातून दिसून येतो. मैत्री करणं, मस्ती करणं, भांडणं हा समवयस्कांसोबत असलेल्या संबंधाचा स्थायीभाव असतो.

शाळेतून आल्यावर इतर मुलांच्या अनुकरणातून शिकलेल्या शिव्या घरच्यांना ऐकाव्या लागू शकतात. 'यार', 'बोअर झालो', 'च्यायला' असले नवे शब्दप्रयोग त्यांच्या तोंडी येऊ शकतात. क्वचित अडखळत बोलणं, तोतरं बोलणं, लाडेलाडे बोलणं अशा सवयी लागू शकतात. काही वेळा 'थँक्यू' म्हणणं, 'सॉरी' म्हणणं असं चांगलंही शिकू शकतात. मित्रांच्या नादानं नवे छंद, नव्या आवडीनिवडी जोपासल्या जाऊ शकतात.

स्वत्वाची जाणीव व्हायचं हे वय असतं. नवं शिकण्याची ऊर्मी असते. स्नायूंची परिपक्वता

आलेली असते. सगळ्या प्रकारच्या कृती करण्याची क्षमता असते. या वयात इतरांबरोबर स्पर्धा करावीशी वाटते. स्वतःचं महत्त्व इतरांपेक्षा वाढावं अशी आंतरिक इच्छा असते. इतरांना मदत करावी अशी बुद्धी असते. मित्रमंडळ जमा करायचं हे वय असतं. मैत्री टिकवण्यासाठी इतरांना खूष ठेवण्याची तयारी असते. मोजक्या मित्रांशी जास्त घसट याच वयात होते. इतरांची मतं वेगळी असल्याची जाणीव, वेगळी मतं समजून घेण्याची वृत्ती या वयात वाढीला लागत असते. एखादं काम सुरुवातीपासून शेवटपर्यंत नेण्याची तयारी असते, चिकाटी असते, क्षमता असते. त्यासाठी कशा पद्धतीने काम करायचं याची योजना आखण्याची क्षमता असते. वेळेची किंमत, पैशाची किंमत याची जाणीव यायचं हेच वय असतं. सामाजिक घटनांमध्ये रस घ्यायचं हे वय असतं. इतरांबद्दल जगाबद्दल जाणून घेण्याची चिकित्सक वृत्ती असते.

या सगळ्या जाणिवांच्या, क्षमतांचा उपयोग करून त्यातून सकारात्मक, विधायक कार्य करून घेता येतं हे चांगल्या शिक्षकांना माहिती असतं. यातून मुलांचं निरोगी व्यक्तिमत्त्व घडायला मदत होत असते. ज्या शिक्षकांना हे शक्य होतं त्या शिक्षकांबद्दल मुलांना आदर असतो. मुलांच्या लेखी या वयात आईवडिलांपेक्षा शिक्षकांचं महत्त्व जास्त असू शकतं.

मुलामुलींशी मैत्री करणं, त्यांचा विश्वास संपादन करणं, त्यांना नव्या गोष्टी शिकायला प्रवृत्त करणं, त्यांच्या लहान लहान यशांना प्रोत्साहन देणं, मुलांना निवडीचं स्वातंत्र्य देणं, त्यांच्या मताला महत्त्व देणं यातून चांगले शिक्षक मुलांचं निरोगी व्यक्तिमत्त्व घडवू शकतात. यातून मुलांचा आत्मविश्वास वाढीला लागतो. इतरांना समजून घ्यायचं, इतरांच्या व स्वतःच्या भावना जाणून घ्यायच्या. इतरांच्या वेगळ्या मतांचा आदर करायचा, त्यांच्या भावना समजून त्यानुसार त्यांच्याशी वागायचं हे सगळं मुलं या वयात शिकत असतात.

या वयात जी मुलंमुली इतरांना मदत करतात, सहकार्य देतात, स्वतःची मतं जाणीवपूर्वक बनवू शकतात ती मुलं लोकप्रिय होतात, पुढील आयुष्यात यशस्वी होतात.

तीन वर्षांच्या आधीच्या वयात मूल स्वार्थी असतं. त्याला इतरांच्या गरजांची व भावनांची जाणीव नसते. स्वतःच्या गरजा पूर्ण झाल्या नाहीत तर त्यांना राग येतो. ती अकांडतांडव करतात. या वयात आपल्याला हवं ते लगेच मिळावं ही अपेक्षा असते.

मुलं शाळेत जायला लागल्यावर हळूहळू आपल्या गरजा पुढे ढकलायला मुलांनी शिकायला हवं. आपली वस्तू इतरांना देणं त्यांनी शिकायला हवं. पाळीपाळीने आपल्याला गोष्टी मिळतील ही जाणीव शिकायला हवी. शाळेमध्ये जाऊन बहुतेक मुलं या गोष्टी शिकत जातात. यासाठी शिक्षकांची वर्तणूक सर्व मुलांशी सारखी हवी. ती शिकत असताना येणाऱ्या अडचणी मुलामुलींनी शाळेतल्या शाळेत शिक्षकांच्या निगराणीखाली त्यांच्या मदतीनं सोडवायच्या असतात, याची पालकांना जाणीव असावी.

असूया, हेवा, मत्सर

मुलांना भावडांबद्दल, समवयस्क मित्रमैत्रिणींबद्दल असूया वाटणं साहजिक असतं, तरी हळूहळू त्यातून त्यांनी बाहेर यायला हवं. आंतरिक सुरक्षिततेची भावना व समाधान असणारी मुलं सहसा हेवा, असूया, मत्सर यांच्या आहारी जात नाहीत.

'पाच वर्षांचा पराग नीट जेवत नाही, नीट खेळत नाही,' अशी तक्रार घेऊन त्याची आई आली होती. तपासल्यानंतर कुठल्याही दुखण्याची लक्षणं आढळली नाहीत. रक्त, लघवी तपासणीतही काही निघालं नाही. मुलाला घरी ठेवून आईला भेटायला बोलावलं. आईशी संवाद साधल्यावर कळलं, की त्याची दीड वर्षांची धाकटी बहीण मध्ये आजारी होती. शाळेला दिवाळीची सुटी असल्यामुळे पराग सारखा घरात असायचा. आजारामुळे सगळ्या कुटुंबाचं लक्ष साहजिकपणे लहान बहिणीकडे होतं. येणारे-जाणारे तिचीच चौकशी करायचे. 'तिचं ऐकायचं', 'तिला त्रास द्यायचा नाही', असं परागला सांगितलं गेलं होतं.

परागच्या दुखण्याचं कारण लक्षात आलं. लहान बहिणीकडे लक्ष दिलं जातं, तिला महत्त्व मिळतं हे पाहून त्याच्या मनात असूया निर्माण झाली होती. त्या इवल्याशा जिवाला त्यामुळे असुरक्षिततेची भावना निर्माण झाली होती. त्यामुळे त्याला मानसिक ताण निर्माण झाला होता. त्यामुळे त्याच्या नकळत भूक लागेनाशी झाली.

आईला हे सगळं समजावून सांगितलं. त्याला असूया वाटणं, असुरक्षिततेची भावना येणं वयानुसार साहजिक आहे हे सांगितलं. जाणीवपूर्वक परागला वेळ द्यावा, त्याचे लाड करावेत, अशा तऱ्हेच्या सूचना दिल्या.

असूया वाटणं या वयात साहजिक असलं, तरी मुलामुलींनी हळूहळू यातून बाहेर यायला हवं असतं. घरी दुसरं भावंड असलं, तर असूयेची सुरुवात घरीच होते.

मुलामुलींना समवयस्क वर्गमित्रांबद्दल किंवा मैत्रिणींबद्दल हेवा, असूया किंवा मत्सर वाटू शकतो. ज्या मुलांना आंतरिक सुरक्षिततेची भावना असते व समाधान असतं, अशी मुलं सहसा हेवा करणार नाहीत. इतरांच्या प्रगतीचा आनंद घेता आला नाही, तर त्यांचा हेवा करण्याची प्रवृत्ती वाढीला लागते. इतरांच्या जयात आपला पराजय वाटतो, इतरांच्या प्रगतीत त्यांना आपली पीछेहाट झाल्याची भावना असते.

ज्या मुलामुलींचं घरी भरपूर कौतुक होतं; 'वा', 'खूप छान', 'मला आवडलं', 'अभिनंदन' असे व अशा अर्थाचे शब्द योग्य कृतीसाठी ज्या मुलामुलींना आईवडिलांकडून वारंवार ऐकायला मिळतात ती मुलंमुली आंतरिक सुरक्षिततेची भावना व समाधान बाळगून असतात. अशा मुलामुलींना मित्राच्या किंवा सहाध्यायांच्या प्रगतीचा आनंद घेता येतो. असूया न वाटता अभिमान वाटतो. आईवडिलांकडून अनुकरणानं शिकलेले शाबासकीचे शब्द ते आपल्या मित्रांसाठी व सहाध्यायांसाठी वापरतात.

असूया वाटणं, हेवा करणं, मत्सर करणं ही वृत्ती काही मोठ्या वयाच्या व्यक्तींमध्येही आढळून येते. अशा व्यक्तींच्या वाट्याला लहानपणी कौतुक, प्रोत्साहन व शाबासकी आली नसेल, असा त्याचा अर्थ समजायचा.

तुम्हाला तुमचं मूल मोठेपणी असं झालेलं निश्चितच आवडणार नाही. तुमच्या मुलांचं कौतुक करण्याची एकही संधी सोडू नका व कौतुक करताना शब्द राखून ठेवू नका. खोटी स्तुती मात्र करू नका. अयोग्य वागणुकीचं कौतुक करू नका.

दोन भावंडांची परस्पर तुलना असूया वाढवू शकते. फक्त एकाच भावंडाचे लाड व कौतुक घरी झालं, तर दुसऱ्या भावंडाच्या मनात असूयेचं बीज पेरलं जाऊ शकतं याचीही पालकांनी जाणीव ठेवायला हवी.

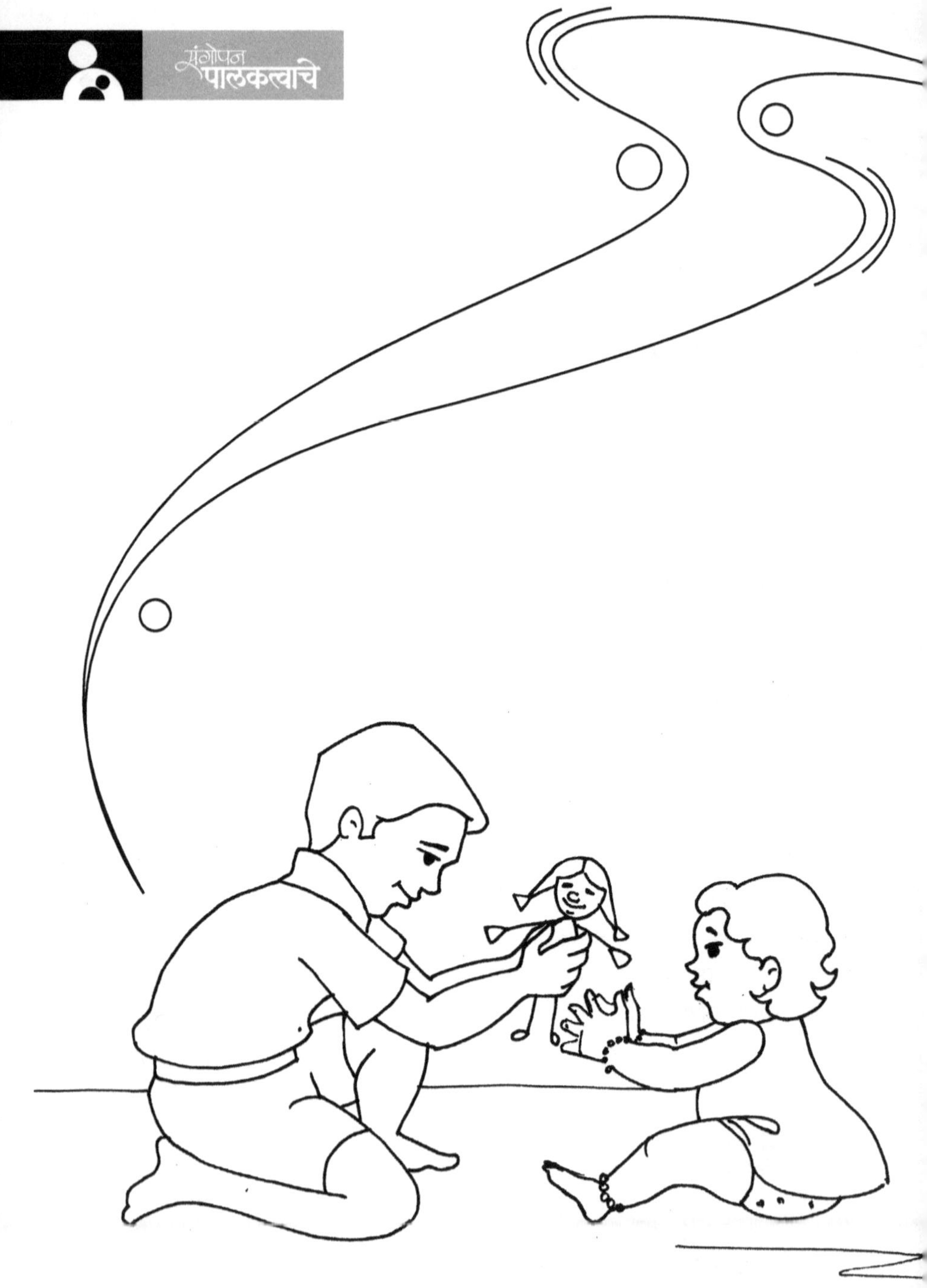

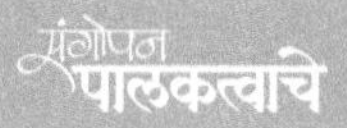

थोरलं व धाकटं

लहान भावंडाला जन्मापासून स्पर्धेला तोंड द्यावं लागतं. वयात अंतर कमी असेल तर ईर्षा व पुढे जाण्याची ऊर्मी वाढते. सर्वसाधारणपणे मोठं भावंड समाधानी असतं व लहान भावंड हुशार असतं. वयातलं अंतर योग्य असलं तर परस्पर प्रेम वाढत राहतं.

आमच्या शेजारच्या घरी हल्ली जुळ्यांचं दुखणं सुरू झालेलं आहे. तसं तर दादा व ताईमध्ये चार वर्षांचं अंतर आहे. खेळणं दादासाठी आणलं की लहान्या ताईलापण तेच खेळणं हवं असतं. दादाचे लाड केले की ताई रडायला लागते आणि ताईचे लाड झाले, की रडत नसला तरी दादा खिन्न झालेला असतो. दादानं उडी मारली की ताई उडी मारायचा प्रयत्न करते. दादा पायऱ्या चढतो तर ताईला त्याच्यामागं जायचं असतं. दादा पाटी घेऊन अभ्यासाला बसला की ताईपण बसते. दादा वाचायला लागला की ती पुस्तक समोर धरते. दादा लिहायला बसला की तीही पाटीवर किंवा कागदावर रेघोट्या ओढते.

दोघांमध्ये भरपूर अंतर असल्यामुळे परस्परांत प्रेम जास्त आहे. दादानं सांगितलेलं ताई आज्ञाधारकपणे ऐकते. 'दादा ऽऽ दादा ऽऽ' असं करत त्याच्या मागं असते. दादा शाळेतून परत आला की हसते, खिदळते. 'दादा ऽऽ दादा ऽऽ' म्हणत उड्या मारते. दादासुद्धा ताईची बाजू घेतो. 'तुझ्यासाठी वाढदिवसाला काय आणायचं?' असा प्रश्न विचारला की 'माझ्याजवळ खूप कपडे आहेत, खेळणी आहेत, ताईसाठीच आणा तुम्ही' असा त्याचा संवाद होता. ताईला नावं ठेवली की तो चिडतो. वयात अंतर असल्यामुळे परस्परांमध्ये जास्त प्रेम आणि वात्सल्य आहे.

असूया कमी आहे.

मानसशास्त्राच्या दृष्टीतून पहिलं मूल पाच-सहा वर्षांचं होईपर्यंत घरात एकटं असलं की त्याला आईवडिलांचं प्रेम भरपूर मिळालेलं असतं. सुरक्षिततेची भावना अनुभवलेली असते. त्यामुळे अशी मुलं शांत व समजूतदार असतात. या काळानंतर जर नवं भावंड घरात आलं तर असूया कमी असते. लहान बाळाला सांभाळणं आईला सोपं जातं. त्यात मोठ्या भावंडाची मदत घेतली गेली तर भावंडातलं परस्पर प्रेम वाढतं. इतरांसमोर बोलताना 'ही याची बहीण किंवा लहान भाऊ' अशी ओळख न देता 'हा बाळाचा मोठा दादा किंवा ताई', अशा भाषेत ओळख करून दिली गेली तर असूया निर्माण होण्याची शक्यता कमी असते.

लहान भावंड जेव्हा शिकायला लागतं तेव्हा त्याच्या आसपास अनुकरण करायला मोठं भावंड असतं. त्यामुळे शिकण्याची प्रक्रिया लवकर होते. त्यामुळे मोठ्या भावंडापेक्षा लवकर चालायला, बोलायला शिकतात. मोठ्या भावंडाची शब्दसंख्या मोजकी असल्यानं तेच ते शब्द वारंवार कानावर पडतात. त्यामुळे बोलणं लवकर शिकलं जातं. त्यामुळे नेहमी 'मोठ्या भावंडापेक्षा हुशार आहे' असं म्हणून कौतुक होतं. पण ही हुशारी मोठ्या भावंडामुळे असते, याचा विसर पडतो. ती आठवण ठेवून 'दादामुळे ताई लवकर शिकली' असे शब्द वापरून दोघांचंही एकत्र कौतुक करायला हरकत नाही. त्यातून लहान भावंडाला प्रोत्साहन मिळून मोठ्या भावंडाचं लहान भावंडाबद्दल प्रेम वाढेल.

लहान भावंडाला जन्मापासून स्पर्धेला तोंड द्यावं लागतं. वयात अंतर कमी असेल तर ईर्षा व पुढे जाण्याची ऊर्मी वाढते.

सर्वसाधारणपणे मोठं भावंड समाधानी असतं व लहान भावंड हुशार असतं. वयातलं अंतर योग्य असलं तर परस्पर प्रेम वाढतं राहतं.

शेंडेफळ

शेंडेफळ म्हणजे कुटुंबातलं वयानं सगळ्यात लहान बालक.
शेंडेफळ हुशार असायची; पण ते अति कौतुकानं शेफारलं
जायची शक्यता जास्त. पालकांनी जाणीव न ठेवल्यास
आत्मकेंद्रित, स्वार्थी, अप्पलपोटी, हट्टाग्रही अशी व्यक्तिमत्त्वं
शेंडेफळातून तयार होऊ शकतात.

ल्लीची कुटुंबं 'हम दो हमारे दो' अशी झाली आहेत. वाढती महागाई, तीव्र स्पर्धा, जागेची टंचाई या गोष्टींमुळे कुटुंब मर्यादित ठेवण्याची वृत्ती वाढलेली आहे. ही वृत्ती त्या कुटुंबासाठी व देशासाठी कल्याणकारक आहे. वाढत्या लोकसंख्येमुळे देशाच्या अर्थसंकल्पाचे तीनतेरा वाजतात, हे वर्षानुवर्ष घडत आहे. वेगानं वाढणाऱ्या महागाईमुळे कुटुंबाचं अंदाजपत्रकही बिघडतं, हा घरोघरी अनुभव आहे. दोनपेक्षा जास्त मुलं कुटुंबात आली, की सगळ्याच मुलांना मोजक्या उत्पन्नाचे चटके खावे लागतात. जितकी मुलं जास्त तितक्या मुलांना मिळणाऱ्या सोयी-सवलती कमी, हे ओघानंच आलं.

हल्ली घरं शहरातली असोत की खेड्यातली, आकारमानानं लहान झाली आहेत. मानसशास्त्रामध्ये व मानव्यशास्त्रामध्ये 'प्रत्येक व्यक्तीसाठी मोकळं अंतर असावं' असा विचार मांडला आहे. लहान जागेत वावरणाऱ्या व्यक्तींची संख्या वाढली, की ही मोकळी जागा प्रत्येक व्यक्तीसाठी कमी होते. याचा परिणाम व्यक्तिमत्त्वांवर होतो, संघर्ष वाढतो, परस्पर स्पर्धा वाढते, वादावादी, भांडणं वाढतात. झोपडपट्ट्यांमध्ये हेच घडतं. लहान घरात हेच घडतं. हल्ली शहरं वाढल्यामुळे जंगलं आक्रसली आहेत. त्यामुळे जंगली प्राण्यांसाठीसुद्धा अशीच परिस्थिती निर्माण झाली आहे.

पूर्वीच्या काळी एकाखाली एक भावंडांची उतरंड असायची. त्यातल्या शेवटच्या भावंडाला शेंडेफळ म्हटलं जायचं. हे शेंडेफळ सगळ्यांचं लाडकं. घरचे सगळे त्या भावंडाकडे लक्ष द्यायचे. पुढलं भावंड जन्माला न आल्यामुळे आईवडिलांचा सहवास जास्त काळ राहायचा. हे शेंडेफळ हुशार असायचं; पण ते अति कौतुकानं शेफारलं जायची शक्यता जास्त असायची. मागितलं ते मिळायची सवय लागल्यानं 'हवी ती गोष्ट मिळालीच पाहिजे', असा हट्टाग्रह स्वभावात यायचा. घरातल्या सगळ्यांकडून सहजपणे गोष्टी मिळायच्या; पण आपण काही परत द्यायला हवं; आपण स्वतःहून काही कुणाला द्यावं, हे शेंडेफळाला समजत नसे. पालकांनी याची जाणीव न ठेवल्यास आत्मकेंद्रित, स्वार्थी, अप्पलपोटी, हट्टाग्रही अशी व्यक्तिमत्त्वं तयार होऊ शकतात. अशी व्यक्ती आढळल्यास ती शेंडेफळ असू शकते.

कुटुंब आक्रसल्यामुळे खर्च कमी होतात. मोजक्या मुलांना वाढवणं सोपं जातं. त्यांना सर्व प्रकारच्या सोयीसवलती उपलब्ध करून देणं शक्य होतं आणि यातून अशी शेंडेफळांची संख्याही हल्ली कमी झाली आहे. भारतातील कुटुंबसंस्थेमधील हा बदल माझ्या मते स्वागताई आहे. आर्थिकदृष्ट्या सुबत्ता असलेल्या कुटुंबांना कदाचित जास्त मुलं वाढवणं शक्य होणार असेल. मोठ्या घरांमध्ये प्रत्येकाला मिळणारी जागाही जास्त मिळणार असेल; पण तरीही मुलांची संख्या जास्त असेल, तर शेंडेफळाला वाढवताना पालकांनी त्याचं व्यक्तिमत्त्व निरोगी राहील याची विशेष काळजी घेण्याचा विचार जोपासण्याची गरज राहील.

मैत्र

मुलं शाळेच्या निमित्तानं घराबाहेर पडू लागतात. बाहेरच्या जगात वावरताना समवयस्कांसोबत त्यांचा वेळ जाऊ लागतो आणि वेळ जाईल, सवय होईल तसे मित्र गोळा होतात, त्यांच्याशी पटवून घेणं जमायला लागतं. सहा ते दहा वर्षं हे वय मित्रांच्या प्रस्थाचं असतं.

एका मानसशास्त्रज्ञानं या वयातील मुलांसाठी सगळ्यात जास्त क्लेशकारक, अपमानकारक, लाजिरवाणं वाटणारं काय कारण असतं याचा अभ्यास केला. त्यात आईबाबांचं रागावणं, अपयश, अपघात अशा विविध गोष्टी त्यात विचारात घेतल्या होत्या. त्यांच्या निष्कर्षानुसार 'मित्रांकडून नाकारलं जाणं' हा सगळ्यात जास्त क्लेशकारक अनुभव या वयातील मुलांसाठी असतो.

या वयात अहम् वाढीला लागत असतो. आई, वडील, शिक्षक, मोठी भावंडं शिकवायचा प्रयत्न करतात, चुका काढतात, शिक्षा करतात त्यामुळे मित्र जास्त हवेसे वाटतात. मित्रांशी खेळायला मिळतं, वेळ चांगला जातो. समवयस्क असल्यामुळे भाषा, आवडीनिवडी, क्षमता समांतर व जुळणाऱ्या असतात. त्यामुळे त्यांच्या सोबत राहायला आवडतं. त्यांच्याशी दुरावा नको असतो. त्यांच्या नाराजीची, रागालोभाची जास्त पर्वा केली जाते. त्यांनी केलेली टीका, त्यांनी दाखवलेले दोष यांची दखल घेतली जाते. त्यांच्या कलानं घेण्याची वृत्ती या वयातील मुलांमध्ये असते. मित्रांच्या टोळक्यानं आपल्यासोबत असावं, आपल्याला सामावून घ्यावं या दृष्टीनं प्रयत्न होतात. अशा मित्रमंडळींपैकी कुणी एखादा मित्र जास्त जवळचा वाटतो. त्याच्याबरोबर जास्तीत जास्त वेळ घालवला जातो.

मित्रमंडळींच्या माध्यमातून मुलांचं शिक्षण घडत असतं. प्रत्येक मूल वेगवेगळ्या घरातून, वेगळ्या आर्थिक घटकातून, वेगळ्या संस्कारातून आलेलं असतं. प्रत्येकाच्या आवडी वेगळ्या, छंद वेगळे. मैत्रीमध्ये वेळ घालवत असताना एकमेकांकडून नव्या गोष्टी जाणून घेतल्या जातात. नवे छंद शिकायचा प्रयत्न होतो.

एकमेकांशी जमवून घेणं, नमतं घेणं, मदत करणं, मदत घेणं, भांडण विसरणं हे मित्रमंडळींमध्ये नेहमीच घडतं. यातूनच सामाजिक शिक्षण घडत असतं.

काही आईवडिलांना आपल्या मुलांच्या जास्त काळ बाहेर राहण्याचा, इतर मुलांमध्ये वेळ घालवण्याचा राग येतो. त्यामुळे मुलामुलींचा अभ्यास बुडतो अशी त्यांची धारणा असते. त्याबद्दल मुलामुलींना रागावलं जातं. जर मित्रांशी मुलांचं भांडण झालं, तर मुलामुलींची बाजू घेऊन मित्राला रागावलं जातं, क्वचित मित्राच्या आईवडिलांपर्यंत तक्रार नेली जाते.

माझ्या मते मुलांच्या मित्रांशी आईवडिलांनीही मैत्री करायला हवी. मुलामुलींच्या मित्रमैत्रिणींचं घरात स्वागत असावं, त्यांच्याशी संवाद असावा. मित्राच्या आईवडिलांशी जर घसट वाढवली तर आणखी चांगलं. यातून स्वतःचं मूल आनंदी होतंच; पण मुलांच्या मित्रमैत्रिणींचा आनंद वाढतो. त्यांचा संपर्क असणाऱ्या पालकांविषयी आदर वाढतो. या जवळिकीचा उपयोग मुलांना समजावण्यासाठी करून घेता येतो. आईवडिलांचं न मानणारी मुलं मित्राचं जास्त ऐकणारी असतात. त्यांच्या आईवडिलांचं ऐकतात. तसंही सख्ख्या नात्यापेक्षा मैत्रीचं नातं जास्त घट्ट, जास्त श्रेष्ठ मानण्यात येतं. विधायक, हरहुन्नरी मित्रांच्या माध्यमातून मूल नव्या गोष्टी शिकतं, सामाजिक कौशल्य शिकतं आणि आनंदाची देवाणघेवाण करायला शिकतं.

आपल्या मुलांना आनंदी करायचं असेल, तर पालकांनी मुलांच्या मित्रांचे मित्र व्हायला शिकायला हवं. मुलांच्या मित्रांच्या पालकांचे मित्रही व्हावं त्यातून स्वार्थ व परमार्थ दोन्ही साधला जाईल.

एकुलतं एक

एकविसावं शतक सुबत्ता घेऊन आलं तशी महागाईसुद्धा घेऊन आलं. विसाव्या शतकातील पालकांपेक्षा एकविसाव्या शतकातील पालकांना आय व व्यय यांचं नियोजन करणं जास्त कठीण झालं. एकोणिसाव्या शतकात 'उदंड जाहली लेकुरे' अशी परिस्थिती होती. विसाव्या शतकाच्या शेवटापर्यंत 'हम दो, हमारे दो' अशी कुटुंबरचना होऊ लागली. एकविसाव्या शतकात खूपसे पालक 'हम दो, हमारा एक' अशा व्यवस्थेचा स्वीकार करू लागले.

एकविसावं शतक वैद्यकीय क्षेत्रात नवनवे शोध व औषधं घेऊन आलेलं आहे. त्यामुळे खूपशा व्याधींचं निदान व इलाज शक्य झाला आहे. बहुतेक साथीच्या रोगांवर नियंत्रण ठेवण्यात यश आलेलं आहे. आमचं मूल नक्की जगणार व मोठं होणार हा पालकांचा विश्वास वाढलेला आहे. यामुळे 'आम्हाला एकच मूल हवं' अशा पालकांची संख्या वाढलेली आहे.

'घरात जेव्हा हम दो, हमारा एक' असं त्रिकोणी कुटुंब असतं तेव्हा मुलाची उत्तम काळजी घेतली जाईल हे ओघानंच आलं. त्याचं आरोग्य, त्याचं शिक्षण यासाठी आईवडील झटतील एवढंही निश्चितच आहे. मानसशास्त्राच्या दृष्टिकोनातून अशा बालकाला प्रेम व सुरक्षिततेची भावना मिळेल ही एक चांगली बाजू आहे. यातून काही अनावश्यक गोष्टी अनवधानानं घडू शकतात. एकच मूल असलं तरी काही आईवडिलांना असुरक्षिततेची भावना येऊ शकते. या मुलाला अपघात तर होणार नाही, त्याला जीवघेणा आजार तर होणार नाही, अशा शंका सतत

मनात आल्यामुळे मुलाला जास्तच जपलं जातं. यातून बालकाला भरपूर प्रेम व सुरक्षितता मिळते. पण कधी कधी पालकांच्या अतिजपणुकीमुळे मूल घाबरट, भित्रट होऊ शकतं. त्याचा आत्मविश्वास कमी होऊ शकतो. स्वतःहून पुढाकार घेऊन कार्य करण्याची वृत्ती कमी होऊ शकते.

हवी असणारी प्रत्येक गोष्ट सहज मिळत असल्यामुळे कालांतरानं हवी असलेली गोष्ट मिळालीच पाहिजे ही मनोवृत्ती एकुलत्या एक मुलांमध्ये तयार होऊ शकते. आपल्या गरजा पुढे ढकलण्याची सवय राहत नाही. त्यामुळे अशी मुलं स्वार्थी, आत्मकेंद्रित घडू शकतात.

पालकांनी योग्य काळजी न घेतल्यास अशा मुलांना घेणं कळतं, देणं कळत नाही. स्वतःच्या इच्छांना मुरड घालणं कळत नाही. अशा मुलांना इतर मुलांमध्ये जमवून घेणं कठीण जाऊ शकतं. इतरांशी जमवून घेणं हा सामाजिक विकासाचा भाग असतो. ज्या घरी दोन किंवा तीन मुलं असतील त्यांना देवाणघेवाण घरीच शिकावी लागते व सामाजिक विकासाचा श्रीगणेशा घरीच घडतो. पुढे शाळेत गेल्यानंतर इतर मुलांमध्ये वावरावं लागल्यामुळे त्या विकासाला गती मिळते. घरी एकुलतं एक असलेलं मूल यापासून वंचित राहिल्यामुळे शाळेत गेल्यावर त्याला जमवून घेणं हळूहळू शिकावं लागतं. अशी मुलं घराबाहेर अस्वस्थ असतात. आईवडिलांवर अवलंबून राहण्याची सवय लागल्यानं शाळेत शिक्षकांच्या जास्त जवळ जाण्याचा प्रयत्न करून त्यांच्यावर जास्त अवलंबून राहू शकतात. स्वतःला कमी लेखण्याची वृत्ती वाढू शकते. अशी मुलं लाजाळू, एकांडी अशी घडू शकतात. स्वतःकडे लक्ष वेधून घेण्यासाठी आक्रस्ताळेपणा करण्याची सवय त्यांना लागू शकते.

घरी एकुलतं एक असूनही योग्य संस्कार घडले तर आत्मविश्वासपूर्ण व्यक्तिमत्त्व घडू शकतं. ती मुलं जबाबदारी घेऊन ती निभावायला शिकतात. मदत द्यायला व घ्यायला शिकतात. धडाडीनं पुढे जायला शिकतात. अशा मुलांमधून नेते तयार होऊ शकतात. एकुलतं एक मूल असलेल्या पालकांनी आपण फाजील लाड तर करत नाही याविषयी सतर्क राहायला हवं. मुलांनी वयानुरूप लहान मोठी कामं करावी. काम केल्यावर केलेल्या स्तुतीतून सुरक्षिततेची भावना मुलांपर्यंत पोचते. त्यांचा आत्मविश्वास वाढतो. असे प्रयत्न त्यांनी करायला हवे असतात. घरातल्या लहानसहान कामांमध्ये त्यांचा सहभाग घेतला जावा. अशा मुलांना मिळणारं संपूर्ण प्रेम व त्यांच्यात रुजलेली सुरक्षिततेची भावना हे त्यांचं फार मोठं भांडवल असतं. योग्य पालकत्वातून यातून आदर्श व्यक्तिमत्त्व घडू शकतात.

अशा मुलांच्या मित्रांसोबत पालकांनीसुद्धा मैत्री करायला हवी. इतर मुलांसोबत आपल्या मुलाचा सहवास घडेल यादृष्टीने प्रयत्न करायला हवेत. ५-१० या वयोगटात मित्रांचं महत्त्व जास्त असतं.

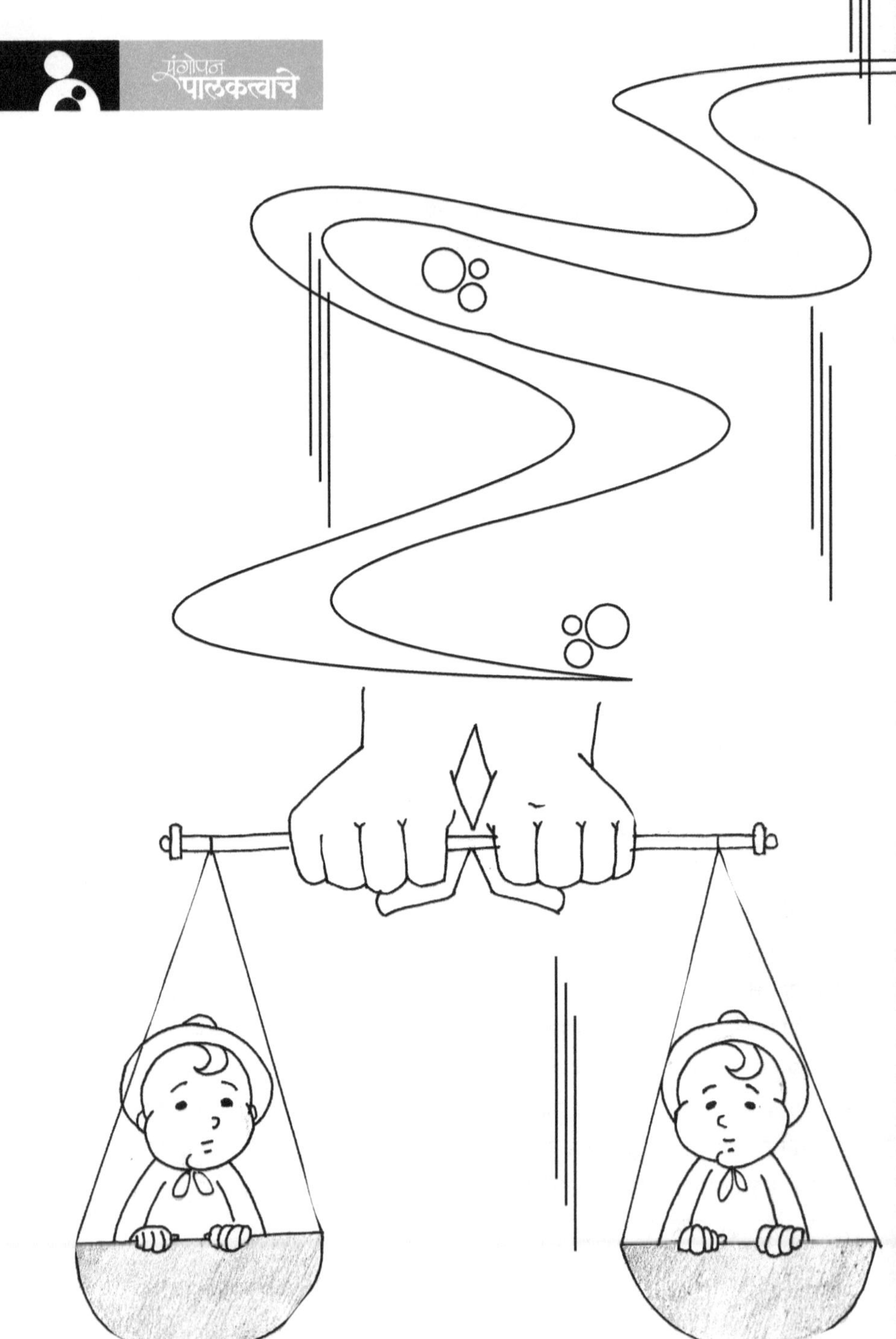

जुळ्यांचं दुखणं

खरंतर एकदम दोन बाळं झाली, तर आईवडिलांना आनंद होत असेल, अप्रूप वाटत असेल. तसंच 'दोघांचं एकाच वेळेस कसं करायचं?' या भावनेनं मन धास्तावतही असेल. जुळं भावंड असण्याची गंमतही असते आणि ताणही.

कामाच्या रगाड्यानं जीव नकोसा होतो ।
कपडे पिळून जीव हातात गोळा होतो ।।
ओल्या दुपट्याची घरभर तोरणं ।
कानावर नेहमी रडणं आणि ओरडणं ।।
धावपळ माझी सरता सरत नाही ।
महिन्याला पैसा पुरता पुरत नाही ।।
काळज्यांची ओझी पेलवत नाहीत ।
सूचनांचे चेंडू झेलवत नाहीत ।।
ज्यांना हवी त्यांनी देवाला जुळी मागावी ।
माझ्या मते त्यांची त्यांना लखलाभ व्हावी ।।

कुठल्या तरी पाश्चिमात्य अनामिकेच्या कवितेचं हे शब्दांकन आहे. जगभर कुठंही गेलात तरी 'जुळ्यांचं दुखणं' असाच शब्दप्रयोग केला जातो.

खरंतर एकदम दोन बाळं झाली, तर आईवडिलांना आनंद होत असेल, अप्रूप वाटत असेल.

आईवडिलांचं व जुळ्यांचं जास्त कौतुक झाल्यामुळे मन सुखावत असेल, अशी सर्वसामान्यांची समजूत असते. 'एकाच बाळंतपणात आमचं कुटुंब नियोजन पार पडलं,' असं आनंदानं सांगणारे आईवडील भेटतातही; पण तरीही ही नकारात्मक मानसिकता कशामुळे तयार होत असावी?

जुळ्यांच्या आईवडिलांवर जास्त काम, जास्त काळजी, जास्त खर्च यांचं असणारं ओझं निश्चितच त्यांना त्रासदायक ठरत असणार. अगदी तान्हेपणी तर दोघांच्या भुकेच्या वेळा, शी-सूच्या वेळा सांभाळता सांभाळता आईची दमछाक होत असेल, यातही शंका नाही.

अर्थातच मुलांची आवड, आईचं आरोग्य आणि सहनशक्ती, घरातील इतर लोकांची मदत या गोष्टींवर आईला जाणवणारे कष्ट अवलंबून राहतील. पहिल्या बाळंतपणातच जुळी झाली, तर कदाचित त्यांचं स्वागत जास्त सकारात्मक पद्धतीनं होत असेल.

मुलांसाठी मात्र जुळं असणं हा अहम् सुखावणारा व आनंददायी अनुभव असू शकतो. दोन्ही भावंडं मुलं किंवा मुली आणि दिसायला एकसारखी असतील, तर कुतूहलापोटी त्यांचं सगळीकडे कौतुक होत असतं. जुळ्या मुलांना एकटेपण कधी जाणवत नाही, हाही त्यांच्या सकारात्मक अनुभवाचा भाग असतो. याचा दुष्परिणाम म्हणून कधी कधी ही दोघं आपल्यातच मग्न राहतात व इतर मुलामुलींशी मैत्री करू इच्छित नाहीत.

कधी कधी जुळ्या मुलांपैकी एक वजनानं जास्त असेल, तर ते वरचढ ठरून दुसऱ्याच्या वाट्याला दुय्यम स्थान येऊ शकतं. जुळी असून दिसण्यात सारखेपण नसलं किंवा एक मुलगा व एक मुलगी असं असलं, तर त्यांच्याबद्दल इतरांचं कुतूहल व कौतुकही कमी असू शकतं. ५ ते १० या वयोगटात याचा प्रकर्षानं परिणाम जाणवतो. त्यांची परस्पर मैत्रीही कमी असू शकते. त्यांचे मित्रमैत्रिणी वेगळ्या राहू शकतात.

सर्वसाधारणपणे जुळ्यांचं कौतुक समाजात जास्त असतं. घरी पहिलं भावंड असल्यावर दुसरी 'जुळी' झाली, तर मोठ्या भावंडाचं कौतुक खूपच प्रमाणात कमी होतं व त्याच्यात असुरक्षिततेची भावना येऊ शकते.

आईवडिलांचा पालकत्वाकडे बघण्याचा सकारात्मक दृष्टिकोन व उपलब्ध असलेली कुटुंबातील इतर मंडळी यांच्या मदतीनं जुळ्यांकडे योग्य तऱ्हेनं लक्ष देणं पालकांना सोपं होऊ शकतं.

जुळी, तिळी, चौसाळी घरात असतील तेव्हा त्यांच्या संख्येच्या प्रमाणात पालकांची दमछाक, धावपळ, पैशाची चणचण वाढलेली असू शकते. मुलं सुटी होईपर्यंत ही धावपळ सुरूच असते. मुलांचं खेळण्याचं वय आलं, की अपघातांची संख्याही वाढती असू शकते; पण ही मुलं एकदा समजूतदार झाली, की एकमेकांशी खेळत एकमेकांना सांभाळू शकतात.

'नावं' ठेवणं

आपल्या मनाविरुद्ध वागणाऱ्याला आपण नावं ठेवतो.
शेरे मारतो. मुलांचा दोष नसताना त्यांना जबाबदार धरण्याची
चूक आपल्याकडून घडू शकते, हे विसरतो. पण त्याचा
विपरीत परिणाम मुलांवर होण्याचा धोका असतो.

पाच ते दहा वर्षे वय हे मुलांचं शाळेत जायचं, खूप खेळायचं, मस्ती करायचं वय. त्यामुळे कधी कधी ती मस्ती आईवडिलांच्या किंवा घरच्या, इतरांच्या किंवा शाळेतील शिक्षकांच्या सहनशीलतेच्या पलीकडे गेली की रागवलं जातं, शिक्षा केली जाते, नावं ठेवली जातात, लेबलं लागतात. खोडकर, मस्तीखोर, वात्रट, धसकट, हूड. काही वेळा वागणुकीत चूक नसली तरी समाजमान्य नसलेल्या वागणुकीमुळेही विशेषणं मिळतात. उदाहरणार्थ, मूर्ख, बुद्दू, बावळट. काही वेळा आईवडील किंवा शिक्षकांच्या मनाविरुद्ध असलेल्या वर्तणुकीतूनसुद्धा लेबलं लागतात. उदाहरणार्थ, उर्मट, मुजोर, खोटारडा.

यांतील पुष्कळशी विशेषणं अपरिपक्वतेमुळे लागतात. बालकांच्या अपरिपक्वतेमुळे चुका होतात, गोष्टी हातून पडतात, फुटतात. शाळेमध्ये अभ्यास समजत नाही म्हणून, कधी लिहिणं जमत नाही म्हणून, कधी विसरलं जातं म्हणून लेबलं लागतात. त्यात मुलांचा दोष नसतो. अशी मुलं अभ्यासात मागे पडली की बोलणी खाण्याचं प्रमाण वाढतं, शिक्षा होण्याचं प्रमाण वाढतं. हे वारंवार घडलं तर मुलं कोडगी होतात किंवा रागवण्यामुळे त्यांची अभ्यासातली प्रगती आणखी मंदावते.

लुई पाश्चर हा संशोधक शाळेमध्ये बुद्दू म्हटला गेला होता. त्याला आकलनशक्ती कमी होती. थॉमस अल्वा एडिसन याचा वर्गात शेवटचा नंबर असे. जेम्स वॅट याला मट्ठ गणलं गेलं

होतं. ऑलिवर गोल्डस्मिथ याला सर्वानुमते मठ्ठ म्हटलं गेलं होतं. लिओ टॉल्स्टॉयला शाळेत जाणंच आवडत नसे. पण या सगळ्यांनी जागतिक कीर्ती मिळवली होती.

वरील उदाहरणांवरून लक्षात येईल, की बुद्धिमत्तेमध्ये कमी नसतानासुद्धा त्यांना शालेय वयात लेबल लावून हिणवलं गेलं होतं.

आजही अनेक घरी, अनेक शाळांमध्ये, अनेक मुलांना उगाच अशी नकारात्मक विशेषणं मिळत असतात. त्यांच्या निकालपत्रांवर शेरे मिळत असतात. 'मेहनत करण्याची गरज आहे', 'याहून जास्त चांगलं करण्याची अपेक्षा आहे' इत्यादी. शब्द सौम्य असले तरी अर्थ मूळ बुद्दू आहे असाच निघतो.

बहुतांशी यासाठी मुलांना जबाबदार धरलं जातं. त्याला कारण घरातलं सदोष वातावरण, आईवडिलांच्या अवास्तव अपेक्षा, हे असू शकतं. कधी शिकवण्यात दोष असतो, तर कधी परीक्षा पद्धतीमध्ये. कधी परीक्षकाचा चुकीचा दृष्टिकोनही जबाबदार असू शकतो. जेव्हा मूल दुःखी असतं, त्याला असुरक्षिततेची भावना असते, तेव्हा त्याच्या शालेय प्रगतीमध्ये बाधा येऊ शकते. काही मुलांची इतर मुलांपेक्षा आकलनशक्ती हळू असते. वर्गामध्ये असं मूल एकटं असलं तर शिक्षक वेगानं शिकवेल ते इतरांना समजतं; याला समजत नाही. काहींची भाषा त्यांचे विचार व्यक्त करायला कमी पडते. समजलेलं असतं; पण सांगता येत नाही. क्वचित डोळ्याला चष्म्याचा नंबर असतो; पण मुलाला ते माहिती नसतं. म्हणून फळ्यावरचं दिसत नसतं. कधी ऐकायला कमी आल्यामुळे अभ्यास मागे पडतो. या गोष्टी चांगल्या शिक्षकाच्या लक्षात येऊ शकतात. क्वचित शाळेमध्ये असलेल्या समुपदेशकाच्या लक्षात येतात.

ज्या मुलांच्या बुद्धिमत्तेमध्ये कमतरता नसून त्यांना लेबलं लागतात, रागवलं जातं, शिक्षा केली जाते, हिणवलं जातं, चिडवलं जातं, त्यांची प्रगती आणखी मंदावू शकते. हल्ली पुष्कळशा शाळांमध्ये समुपदेशक असतात. बाहेर खासगीरीत्याही समुपदेशकांच्या सेवा उपलब्ध असतात. मुलांचे डॉक्टर याबद्दल सल्ला देऊ शकतात. मुलांना लेबल न लावता त्यांच्या वर्तणुकीचा, शाळेमधील मागासलेपणाचा शोध घेतला जावा, असा माझा सल्ला आहे. लेबल लावून, रागवून, शिक्षा करून, चिडवून, हिणवून उपयोग होणार नाही, हे पालकांनी लक्षात घ्यावं. लेबल न लावता जाणकारांचा सल्ला घेतला जावा.

अशी लेबल्स लावलेली मुलं पुढे जागतिक कीर्तीची व्यक्तिमत्त्वं झालेली आहेत, ही खूणगाठ पालकांनी मनाशी बांधणं अगत्याचं आहे.

शाळा नको!!!

शाळेत जाताना मुलं रडतात, हा बहुतेकांचा अनुभव
असतो. शाळेची भीती वाटते आणि मुलांवरचे मानसिक
दडपण वाढते. त्यासाठी मुलांच्या मनातील भीती दूर
करण्याचा आधीपासून प्रयत्न हवा.

आमच्या घरासमोर एक प्राथमिक शाळा आहे. जून महिना आला, की नवी मुलंमुली शाळेत घातली जातात. पहिला महिनाभर तरी खूपशी नवीन मुलं रडताना दिसतात. अशा रडणाऱ्या मुलांना शाळेत सोडून जाताना त्यांच्या आयाही रडताना दिसतात.

नवीन मुलांमध्ये काही मुलं बिनधास्त असतात. हसत असतात, खेळत असतात. असा फरक कशामुळे पडतो, याचा मानसशास्त्रज्ञांनी अभ्यास केला. त्याची मुख्य दोन कारणं आढळून आली.

आईवडिलांपासून दूर राहण्याची सवय नसलेली मुलं शाळेत जाताना रडण्याची शक्यता जास्त असते. आईवडिलांपासून दूर राहण्याच्या कल्पनेचा त्यांच्या मनावर ताण येतो. शाळेची भीती असतेच असं नाही. घरात फक्त आईवडील व एकुलतं एक मूल अशी परिस्थिती असेल तर खूप वेळा मुलांना आईवडील सोडून इतर कुणाची सवय नसते व त्यांच्याबद्दल जवळीक वाटत नाही. ही मुलं शाळेत जाताना नक्कीच रडतात. एकुलतं एक मूल पण कुटुंब मोठं असेल, घरी काका, काकू, आजी, आजोबा असतील तर मुलांना आईवडील सोडून इतर व्यक्तींची

सवय असते. काही वेळा आईवडील दोघेही नोकरदार किंवा व्यावसायिक असल्यामुळे मुलांना लहानपणापासून पाळणाघराची सवय असते. अशी मुलं ही शाळेत जायला कुरकुरत नाहीत. आईवडिलांचा मित्रसंग्रह किंवा गोतावळा मोठा असेल तर मूल एकुलतं एक असूनही इतर लोकांची सवय असते. अशी मुलंही शाळेत जायला त्रास देत नाहीत.

काही वेळा शाळेची भीती वाटल्यामुळे मुलं शाळेत जायला घाबरतात. 'अरे, शाळेत खूप मजा असते' अशी सकारात्मक भाषा वापरली न जाता 'शाळेत घाबरण्यासारखं काही नसतं' अशी नकारात्मक वाक्यं बोलली जातात किंवा 'अभ्यास केला नाहीतर मास्तर मारतील किंवा रागावतील' असे शब्द वापरले जातात. अशा भीतीला आईवडिलांची भाषा जबाबदार ठरते.

ज्या मुलामुलींना आईवडिलांशिवाय काही वेळ बाहेर काढायची सवय असते, अशी मुलं शाळेत आनंदानं जाण्याची शक्यता असते. पाळणाघर, संस्कारवर्ग, माँटेसरी, पूर्व शिक्षण वर्ग अशा संस्थांचा या दृष्टीने उपयोग होतो.

ज्या मुलांना मधूनमधून नातेवाइकांकडे किंवा मित्रांकडे (त्यांच्या किंवा आईवडिलांच्या) सोडलं जातं, अशा मुलांना आईवडिलांपासून दूर राहण्यात मानसिक ताण येण्याची शक्यता कमी असते. अशी मुलं शाळेत रडत नाहीत.

पुष्कळशी मुलं पहिला महिना किंवा दोन महिने शाळेत जायला रडत असली, तरी त्यातली बरीचशी हळूहळू शाळेत खेळतात. मित्रमंडळींत रमतात. या काळात त्यांच्या रडण्याचा त्रास शाळेतील शिक्षकांना होतो. पण त्याच वेळी ती मुलं मानसिक ताणाखाली असतात आणि पालकसुद्धा.

हा त्रास काही अंशी कमी व्हावा यासाठी मुलांना शाळेत टाकायची तयारी आधीपासूनच केली जावी. मुलांना आईवडिलांशिवाय व आईवडिलांना मुलांशिवाय राहण्याची सवय असावी. यासाठी पाळणाघर किंवा संस्कार वर्ग किंवा पूर्व माँटेसरी वर्ग अशा संस्थांची मुलांना सवय केली जावी. ज्या शाळेत नाव टाकलं असेल, त्या शाळेत शाळा सुरू व्हायच्या आधी मुलाला घेऊन जावं. शाळेच्या परिसराशी परिचय करून दिला जावा. शक्य झालं तर वर्गशिक्षकेशीही ओळख करून दिली जावी.

'एका मुलाची मज्जा आहे, त्याला शाळेत जायला मिळणार', 'शाळेत खूप मजा येईल, तुला खेळायला मिळेल' अशा तऱ्हेचे शाळेबद्दल उत्सुकता वाढवणारे संवाद मुलांशी बोलले जावेत.

मास्तरांची, शाळेची भीती वाटेल असे प्रत्यक्ष किंवा अप्रत्यक्ष संवाद मुलांसमोर करू नयेत. मूल शाळा सुरू होऊन बरेच दिवस झाले तरी रडत असेल तर मात्र व्यावसायिक सल्ला घेतला जावा.

घडतंय की बिघडतंय?

'माझं बाळ बिघडणार तर नाही?' या चिंतेनं पछाडलेल्या पालकांची मुलं बिघडण्याची शक्यता असते, असं मानसशास्त्रज्ञ सांगतात. 'अति लाडानं मुलं बिघडतात,' अशी धारणा काही पालकांमध्ये घर करून असते. या उलट मानसशास्त्रज्ञांचा विश्वास असतो, की प्रेम व सुरक्षिततेची भावना यातूनच मूल घडत असतं.

मुलं बिघडू नयेत या चिंतेनं पछाडलेल्या पालकांचं लक्ष मुलांनी केलेल्या चुकांवर केंद्रित केलेलं असतं. त्यामुळे मुलांवर सतत टीका, चुका काढणं चिडचिड, रागावणं, शिक्षा करणं असे मार्ग वापरले जाऊन मुलांना सुधारण्याचे प्रयत्न होत असतात. त्यातून मुलांमध्ये दुरावा, नाराजी, प्रेम कमी झाल्याची भावना निर्माण होते.

जी मुलं स्वतः पुढाकार घेऊन शिकतात ती चुका करतच शिकणार असतात, या सत्याकडे खूप पालकांचं दुर्लक्ष होतं. काही चुका मुलांच्या अपरिपक्वतेतून होत असतात. काही वेळा चुकीतून वस्तू पडतात, तुटतात. काही वेळा मुलांची वर्तणूक वयानुसार योग्य असते; पण पालकांना जाणीव नसल्यामुळे मुलांची वर्तणूक वयानुरूप असूनही ती चूक असल्याचं पालकांना वाटतं. तीन-चार महिन्यांचं मूल हाताचा अंगठा तोंडात घालतं. मानसशास्त्रज्ञांच्या मते हा मुलांच्या प्रगतीचा टप्पा असतो. त्यानंतर सहाव्या महिन्यात मुलं पायाचा अंगठाही तोंडात घालतात. हेसुद्धा काही पालकांना अयोग्य वाटतं. तोसुद्धा मुलांच्या मानसिक वाढीचा टप्पा असतो. एक वर्षाचं मूल हाती आलेल्या गोष्टी फेकायला लागतं. याचा काही पालकांना राग येतो. हाही मानसिक वाढीचा टप्पा असतो.

सव्वा वर्षाचं मूल 'नाही' म्हणायला शिकतं, सांगितलेलं त्याला ऐकायचं नसतं. 'नको'

म्हटलेलं करायचं असतं. हे नकाराधिकाराचं वय असतं. ही वर्तणूक समजून घ्यायला हवी. यासाठी रागवायचं, ओरडायचं, शिक्षा करायची हे अयोग्य असतं.

दीड वर्षाचं मूल जिना चढतं. त्याला चढायला, उतरायला आवडतं. बाळ पडेल या भीतीनं ओरडलं जातं. या वयात हातात येईल त्या गोष्टींनी रेघा काढायला आवडतात. हातात पेन किंवा पेन्सिल आली, की भिंती चितारल्या जातात, कामाचे कागद रेघोट्या ओढून खराब केले जातात. हे सगळे मानसिक वाढीचे टप्पे म्हणून समजून घ्यायचे असतात. त्याबद्दल कौतुक करायचं असतं; पण कडक शिस्तीचे भोक्ते असलेले पालक यासाठीही रागावू शकतात. ओरडू शकतात, शिक्षा करू शकतात.

याच वयात मुलांची भूक कमी होते; कारण वजनवाढीचा वेग कमी झालेला असतो. अन्नाची गरज कमी झालेली असते. म्हणून मुलं खात नाहीत. जेवताना चेंगटपणा करतात. जबरदस्ती केली, की अन्न थुंकून टाकतात. हे सगळं वयाच्या हिशेबानं अपेक्षित असतं. याबद्दल पालकांनी काळजी करायची नसते, जबरदस्ती करायची नसते, रागवायचंही नसतं; पण यासाठीही काही घरी रागावलं जातं, शिक्षा केली जाते. शिक्षेचा उपयोग होणार नसतो. दीड-दोन वर्षांचं मूल अंगातले कपडे ओढून काढतं, कपडे घालून घेत नाही. कपड्याविनाच फिरायला बघतं. या वयात सामाजिक भान नसतं म्हणून मूल असं वागत असतं. यात रागावून उपयोग नसतो.

दुसऱ्याची वस्तू घेणं, लपवून ठेवणं ही वर्तणूकही सामाजिक भान येण्यापूर्वीची असते. यासाठी रागावून शिक्षा करून उपयोग नसतो.

मुलांवर रागावू नये, त्यांना शिक्षा करू नये, असं मानसशास्त्रज्ञ म्हणत नाहीत; पण शेवटचा उपाय म्हणून शिक्षा केली जावी. मूल अपघाताला सामोरं जाणार असेल, तर त्याच्या जिवाला धोका होईल असं वर्तन घडेल तर...! त्या वर्तणुकीपासून परावृत्त करायला ओरडणं असावं. बाळाला शिकवण्यासाठी ओरडणं असावं, पालकाला राग आला म्हणून ओरडणं नसावं.

थोडा धीर धरला, थोडी सहनशीलता दाखवली, तर अनावश्यक वर्तणुकीपासून प्रेमानंसुद्धा मुलांना परावृत्त केलं जाऊ शकतं. काही न बोलता कृतीनं परावृत्त केलं जाऊ शकतं. योग्य वर्तणूक शिकवून ती घडल्यावर कौतुक करून लाड करूनही परावृत्त करता येतं.

मुलं प्रेमानं बिघडत नसतात, घडत असतात. शिस्तीचा अतिरेक झाला, शिक्षा वारंवार झाली, अकारण रागवणं झालं, की मुलं प्रेमाला पारखी होतात. त्यांच्यात असुरक्षिततेची भावना निर्माण होते व त्यातून मूल बिघडण्याची सुरुवात होऊ शकते.

बुद्धिमत्ता आणि व्यक्तिमत्त्व

मूल शाळेत जायला लागलं, की कौतुक करण्याची मानसिकता बदलते. शाळेतील गोष्टींना महत्त्व जास्त येतं. सगळीच मुलं भाग्यवान नसतात. काही मुलं हुशार असतात, पण ती अभ्यासाशी संबंधित गोष्टी हळू शिकतात. त्यामुळे 'हुशार' शब्दानं मिळणारं प्रोत्साहन कमी होतं.

मुलं लहान असताना खूप गोड दिसतात, त्याचं कौतुकही होतं. 'खूप हुशार आहे', 'चुणचुणीत आहे', 'लवकर चालायला लागला', 'लवकर बोलायला लागला' अशा तऱ्हेचे 'बोल कौतुके' आईकडून ऐकायला मिळतात. कौतुकातून मुलांना उत्साह मिळतो, पुढे जायची इच्छा उत्पन्न होते, आत्मविश्वास वाढायला मदत होते. दोन वर्ष वयापर्यंत बहुतेक मुलामुलींच्या वाट्याला हे कौतुक येतं. पहिलं मूल असलं तर हे कौतुक निश्चितच भरपूर असतं. बाळ हुशार आहे, असं वारंवार बोललं जातं.

मूल शाळेत जायला लागलं, की ही कौतुक करण्याची मानसिकता बदलते. मूल शाळेत हौशीनं जातं का? शाळेमध्ये लक्ष देतं का? शाळेत अभ्यास करतं का? परीक्षेत त्याला गुण कसे मिळतात? घरी आल्यावर दिलेला गृहपाठ करतं का? त्याचं अक्षर कसं आहे? ... सगळ्या गोष्टींना महत्त्व जास्त येतं. या प्रश्नांची उत्तरं सकारात्मक असली तर कौतुक सुरू राहतं. पण सगळीच मुलं अशी भाग्यवान नसतात. काही मुलं हुशार असतात, पण ती अभ्यासाशी संबंधित गोष्टी हळू शिकतात. त्यामुळे 'हुशार' शब्दानं मिळणारं प्रोत्साहन कमी होतं. इतर समवयस्क मुलांपेक्षा आधी उभं राहणं, चालणं, आधी बोलू लागणं, लघवी-परसाकडेवर ताबा ठेवणं,

यामुळे मुलांना हुशार म्हटलं जातं. मानसशास्त्राच्या दृष्टीतूनसुद्धा हुशारी मोजण्यासाठी वाढीच्या या टप्प्यांचा उपयोग केला जातो. बहुतांशी मुलं वाढीचा टप्पा ज्या वयात पार करतील, ते त्यांचं मानसिक वय म्हटलं जातं. जन्मापासून वर्षांमध्ये मोजलेलं वय त्याच्या मानसिक वयाएवढं निघालं तर त्या मुलाचा बुद्धिगुणांक १०० समजला जातो. मानसिक वय ठरवण्यासाठी काही चाचण्या उपलब्ध आहेत.

विसाव्या शतकाच्या मध्यापर्यंत बुद्धिगुणांकावर भर दिला जात असे. खरं तर मूळ चाचणी मानसिकरीत्या कमजोर असलेल्या मुलांच्या उपयोगासाठी सुरू झाली होती. मुलांची भाषा, त्यांच्या भोवतालचं वातावरण, त्यांची भावनिक स्थिती यामुळे चाचणीचे निकाल चुकीचे येऊ शकतात, असं मानसशास्त्रज्ञांच्या लक्षात आल्यामुळे इतर वेगळ्या चाचण्यांवर जास्त भर दिला जाऊ लागला. बुद्धिमत्ता मोजताना जुन्या पद्धतीत काही मोजक्या चाचण्यांवर भर दिल्यामुळे मुलामध्ये काही क्षमतांकडे दुर्लक्ष केलं जाऊन बुद्धिगुणांक कमी आल्यामुळे वा मुलामुलींना चुकीच्या पद्धतीनं कमी बुद्धिमत्तेचं ठरवलं जाण्याच्या घटना घडू लागल्यामुळे मुलांमधील क्षमतांचं मापन करण्यासाठी नव्या चाचण्या वापरल्या जाऊ लागल्या. लहान वयामध्ये चाचण्यांद्वारे बुद्धिगुणांक सर्वसामान्यांपेक्षा जास्त असलेली काही मुलं जेव्हा प्रत्यक्ष आयुष्यामध्ये अपयशी ठरू लागली तशी बुद्धिमत्ता मापनावर आधारित चाचण्यांमधील दोष लक्षात येऊ लागले. न शिकलेली, अभ्यासात कच्ची असलेली काही मुलं प्रत्यक्ष आयुष्यात पुढे आल्याची उदाहरणं जेव्हा दिसू लागली, तेव्हा मुलांचं व्यक्तिमत्त्व, त्यांचा भावनिक गुणांक यावर भर जास्त दिला जाऊ लागला.

एकविसाव्या शतकात बुद्धिमत्ता मापन चाचणीपेक्षा मुलांमधील क्षमता ओळखणाऱ्या, त्यांचा भावनिक बुद्ध्यांक जाणून घेणाऱ्या चाचण्यांना महत्त्व जास्त येऊ लागलेलं आहे. आजच्या स्पर्धेच्या युगात पुष्कळशा पालकांची मानसिकता अजूनही जुनीच आहे. शाळेत मार्क कमी मिळाले, परीक्षेत गुणानुक्रम घसरला, की पालक मंडळी अस्वस्थ होतात. याचा I. Q. (Intelligence Quotient) म्हणजे बुद्धिगुणांक बघावा, असा आग्रह धरतात. अशी चाचणी करून चुकीचे निष्कर्ष काढून मुलामुलींची बुद्धिमत्ता कमी असल्याचं लेबल लागल्याच्या घटना अजूनही घडताहेत. प्रत्यक्ष बुद्धिमान असलेली मुलं, योग्य प्रोत्साहनानं प्रगती करतात, अशा घटनाही घडत असतात. चुकीनं बुद्धिगुणांक कमी ठरवलेल्या मुलांवर नकारात्मक परिणाम होऊन त्यांचा आत्मविश्वास कमी होतो व शाळेतील प्रगती मंदावू शकते हे पालकांनी लक्षात घ्यावं. परीक्षेतील गुण, बुद्धिगुणांक चाचण्या याला महत्त्व न देता मुलांमधील क्षमता, त्यांचं व्यक्तिमत्त्व, त्यांची भावनिक बुद्धिमत्ता याकडे पालकांनी जास्त महत्त्व द्यावं असा सल्ला जाणकार मानसशास्त्रज्ञ देत असतात.

वर्तनसमस्या

एखाद-दुसरं वर्तन कधीमधी घडलं तर पालकांनी काळजी करण्याचं कारण नाही. पण यातलं एखादं वर्तन नेहमी किंवा वारंवार घडू लागलं तर किंवा यातील अनेक प्रकारचे वर्तनदोष एका वेळी एकाच बालकात दिसू लागले, तर पालकांनी आत्मचिंतन करावं.

'**हा** खूप घाबरतो', 'ही सारखी रडते', 'हा सगळ्यांशी भांडतो', 'हिच्या हातून सतत वस्तू पडतात', अशा तऱ्हेच्या तक्रारी चार-पाच वर्षांपासूनच्या पुढल्या वयांमधील मुलांबद्दल पालकांकडून येत असतात. हे सांगत असताना काही आयांचा सूर प्रसंग वर्णन करण्याचा असतो. काही पालक त्यामुळे चिडलेले असतात व तक्रारीच्या सुरात सांगतात. एखादी आई मुलांच्या खोड्यांमुळे रडकुंडीला आलेली असते, तर काही पालक हसत हसत या तक्रारी सांगतात.

घाबरटपणा, लाजाळूपणा, भित्रेपणा, रडवेपणा, भांडकुदळपणा, धसकटपणा, तोडफोडीची वृत्ती, न ऐकणं, असूया, अंगठा चोखणं, नखं चावणं या प्रकारची वर्तणूक खूप मुलांमध्ये कधीमधी दिसत असते. जेव्हा कधी मुलांना असुरक्षित वाटतं किंवा आपण नकोसे झालो आहोत अशी भावना होते, तेव्हा अशा प्रकारची वर्तणूक घडू शकते. यांतील एखाद-दुसरं वर्तन कधीमधी घडलं तर पालकांनी काळजी करण्याचं कारण नाही. पण यांतलं एखादं वर्तन नेहमी किंवा वारंवार घडू लागलं तर किंवा यांतील अनेक प्रकारचे वर्तनदोष एका वेळी एकाच बालकात दिसू लागले, तर पालकांनी आपल्या पालकनीतीबद्दल आत्मचिंतन

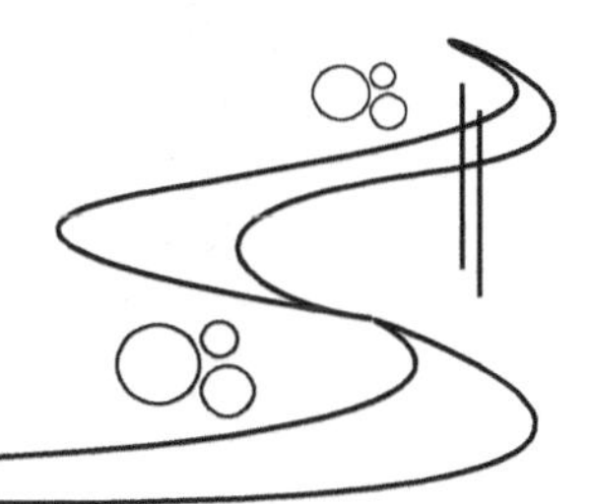

करावं, असं मानसशास्त्रज्ञ सांगतात. अशा वेळी या लक्षणांचा किंवा वर्तनाचा इलाज करायचा नसतो, तर त्या मागील कारणाचा शोध लावून ते नष्ट करायचं असतं. कधी कधी याहूनही जास्त तीव्र प्रकारच्या वर्तनसमस्या दिसू शकतात. त्या खाली दिलेल्या आहेत :

बिछाना ओला करणं, विफलता, विषण्णता, कपड्यात शी करणं, अकांडतांडव करणं, घरातील प्राण्यांवर अत्याचार करणं, खोटं बोलणं, चोरी करणं, शाळेतून पळून जाणं, अभ्यासात मागे पडणं ही व आधी दिलेली लक्षणं वर्तनसमस्यांमध्ये मोडतात. हे वर्तन मुलांकडून न कळत घडत असतं. मुलांच्या आजारी मनाचं ते आक्रंदन असतं, हे पालकांनी समजून घ्यायला हवं. मुलांकडे आपलं दुर्लक्ष होतं आहे का, आपलं प्रेम मुलांपर्यंत पोचत नाही, असं घडतं आहे का, या दृष्टीनं पालकांनी आत्मचिंतन करण्याची गरज असते. यात पालकांचीसुद्धा दुसरी बाजू असते. खूपसे पालक मुद्दाम मुलांकडे दुर्लक्ष करतात किंवा त्यांना असुरक्षिततेची भावना देतात असं नव्हे. जे घडतं ते त्यांच्यातर्फेही नकळत घडू शकतं. समुपदेशकाचा सल्ला घेऊन त्या दृष्टीनं विचार केला गेला तर मुलांपर्यंत आपलं प्रेम पोचवण्याचा प्रयत्न त्यांच्यातर्फे केला जाऊ शकतो.

मुलांपर्यंत प्रेम पोचवण्यासाठी ते 'तू मला आवडतोस किंवा आवडतेस', 'तू मला हवा आहेस किंवा हवी आहेस' अशा निश्चित शब्दांत प्रेम व्यक्त करण्याची गरज असते. मुलानं पालकांना न आवडणारी गोष्ट केली, की ज्या उत्स्फूर्तपणे रागवलं जातं, तितक्या उत्स्फूर्तपणे आवडणारी गोष्ट केल्यावर पालकांकडून कौतुकाचे शब्द निघत नाहीत, असं जर घडत असेल तर या वयात मुलांना वारंवार बोलणी खाण्याचे किंवा शिक्षा होण्याचे प्रसंग येत राहतात. याचं कारण मुलांचं हे वय प्रयोगशीलतेचं असतं. नवनव्या गोष्टी करत असताना त्यातल्या काही पालकांना अयोग्य वाटत असल्या तरी मूल ते मुद्दाम करत नसतं. ती कृती अज्ञानमूलक असते. रागावण्यामुळे ती कृती करू नये एवढं कदाचित मुलाला कळेल; पण का करू नये हे कळणार नाही व दुसऱ्या वेळी तशा प्रकारची कृती पुन्हा घडू शकेल. कुतूहलापोटी कितीतरी वस्तू मुलांना हाताळाव्याशा वाटतात. आकर्षक दिसणारी काचेची वस्तू मूल फोडेल या भीतीनं रागावलं जातं. मुलाच्या दृष्टीनं त्यानं काहीही चूक केली नसते. अशा लहान लहान घटनांमधून मुलांना वारंवार रागवलं गेलं तर मुलाला असुरक्षिततेची भावना येऊन वर्तनसमस्या उद्भवू शकतात.

E
D
C
B
A

शहाणं माझं बाळ ते!

तुम्ही जे विशेषण वापराल तसे तुमचे मूल घडेल. तुम्ही मुलाला सतत 'मूर्ख' म्हणालात, तर ते तसं होईल. तुम्हाला ते शहाणं व्हावं असं वाटत असेल तर मूल चांगलं वागत असेल तेव्हाचे क्षण वेचून म्हणाल, 'शहाणं माझं बाळ ते!'

मुलांना येणारी असुरक्षिततेची भावना व त्यामुळे त्यांच्यामध्ये दिसणाऱ्या वर्तनसमस्या या पुष्कळदा मुद्दाम केलेल्या नसतात. काही वेळा ही असुरक्षिततेची भावना न कळत मुलांमध्ये निर्माण होत असते. पालक जाणीवपूर्वक तसं करत नसतात. मुलांच्या आईला होणारा सासुरवास, दोन पिढ्यांमधील विसंवाद, एखाद्या कुटुंबात असलेलं प्रिय व्यक्तीचं निधन किंवा अत्यवस्थ करणारं आजारपण, कुटुंबावर आलेली आर्थिक आपत्ती, पालकांपैकी कुणा एकाचं शारीरिक किंवा मानसिक आजारपण या व अशा कारणामुळे त्रस्त असलेली आई चिडचिड करू शकते, वारंवार भडकू शकते. आईवडिलांमधील वादावादी, भांडणं यामुळे मुलांमध्ये असुरक्षिततेची भावना येऊ शकते. पुष्कळदा मुलांना कसं वागवायचं याचं शिक्षण पालकांना आई किंवा वडिलांच्या पालकांकडून मिळालेलं असतं. हिटलरशहा असलेले वडील, सतत तक्रार करणारी, रागावणारी, मारणारी आई नकळत आपल्या मुलांमध्ये पालकत्वाचे धडे रुजवत असते. त्याच पद्धतीनं पुढच्या पिढीला वाढवलं जातं.

खरं तर काळ बदलल्याचं भान पालकांनी ठेवायला हवं. जुन्या काळी, म्हणजे २५-३० वर्षांपूर्वीची सामाजिक परिस्थिती, घरातील कुटुंबघटकांची संख्या बदललेली आहे,

हे लक्षात घ्यायला हवं. जुन्या कौटुंबिक रचनेमध्ये मुलांना संस्कार करण्यामध्ये त्यांना प्रेम व सुरक्षिततेची भावना देण्यामध्ये बाळांच्या आजीआजोबांचा, काकाकाकूंचा वयानं मोठ्या असलेल्या सख्ख्या व चुलतभावांचा सहभाग असायचा. आता सगळंच बदललं आहे. घरी फक्त आईवडील व मूल अशी परिस्थिती असलेली घरं बरीच आहेत. त्यातही वडील नोकरी किंवा व्यवसायाच्या निमित्तानं इतका वेळ बाहेर असतात, की पालकत्वाची जबाबदारी फक्त आईवर येते. तिलाच आईवडील, आजीआजोबा, काकाकाकू, दादाताई या भूमिकांमध्ये शिरून पालकत्व निभवावं लागतं. त्यातही आईसुद्धा नोकरीत किंवा व्यवसायात असेल तर मुलांसोबत असलेला वेळ आणखी कमी होतो, आणि मोजक्या वेळात इतक्या सगळ्या भूमिका पार पाडणं आईला कठीण जातं. घरी येईपर्यंत आई थकलेली असते. गृहिणी म्हणून पार पाडायची कर्तव्यंही यासोबत पालकत्व निभवणं तिला तारेवरची कसरत वाटते. त्यातून हल्ली शाळेतील मुलांचा वाढलेला अभ्यास, मुलांचे गृहपाठ यांचं ओझं आईवर पडतं. यातून आईला येणारा थकवा, तिचा मानसिक ताण यामुळे मुलांवर राग निघू शकतो, चिडचिड होऊ शकते.

अशा परिस्थितीत आईनं काय करावं, हा प्रश्न आम्हाला नेहमी विचारला जातो. आई मुलांसाठी जो काही मोकळा वेळ देऊ शकत असेल त्याचा उपयोग मुलांशी बोलायला, शब्दात प्रेम व्यक्त करायला, कौतुक करायला वापरला जावा. याच वेळात शिस्त लावायच्या प्रयत्नांत मुलांना धारेवर धरलं जाऊ नये. मुलांचा अभ्याससुद्धा असा मोजका वेळ असलेल्या आयांनी घेऊ नये. त्यासाठी कुणी इतर व्यक्ती निवडली जावी. शिक्षकाच्या भूमिकेत शिरली की आईपण हरवतं.

मुलं चांगली वागत असतील ते क्षण पालकांनी वेचायला हवेत. चांगल्या वागण्याचं कौतुक केलं जावं. योग्य वाटेल तेव्हा, सवड असेल तसं बक्षीस दिलं जावं. मुलांना 'शहाणा', 'जबाबदार', 'चांगला किंवा चांगली' ही विशेषणं जितकी जास्त वापरली जातील त्याप्रमाणे ही मुलं घडतील. 'वेडा किंवा वेडी', 'मूर्ख', 'निर्बुद्ध', 'वाईट' अशी विशेषणं जितकी जास्त वापरली जातील तशी ती मुलं घडतील, हे पालकांनी जाणून असावं.

कोषावस्था की वादळवाट

पौगंडावस्था हे एक वय असं येतं, की मुलंमुली भावनिक कोषात बंदिस्त होतात. काही वादळवाटेने भटकतात त्याकडे लक्ष द्यावं लागतं. या काळात त्यांना मिळवून द्यायची असते मानसिक सुरक्षितता.

मानवी मुलांची वाढ व विकास यांचा वेग सर्व वयात सारखा नसतो. वजनाची वाढ गर्भावस्थेत सगळ्यात वेगवान असते आणि शून्यातून तीन-साडेतीन किलो वजनाचं व ५० सेंटिमीटर लांबीचं मूल नऊ महिन्यांत जन्माला येतं. त्याचा डोक्याचा घेर ३२ सेंटिमीटर असतो. जन्मानंतर पहिल्या वर्षी वजनाची वाढ दररोज २५ ग्रॅम किंवा दर तासाला एक ग्रॅम इतकी होते. या वाढीच्या वेगामुळे अन्नाची गरज वाढते व बालकाची भूक वयासोबत वाढत जाते. याच काळात उंची २५ सेंटिमीटरने वाढलेली असते. डोक्याचा घेरही २० ते २५ सेंटिमीटरने वाढलेला असतो. मेंदूची आकारवाढ या काळात खूप वेगाने होत असते. पुढे वीस वर्षांमध्ये हा घेर फक्त ५ ते १० सेंटिमीटर वाढणार असतो.

दुसऱ्या वर्षी वजनाची व उंचीची वाढ हळू होते. पूर्ण वर्षात वजन १॥ ते २ किलो व उंची ७ ते ८ सेंटिमीटरने वाढते; पण मानसिक वाढ वेगानं होते. बोलणं, चालणं, हातांचा उपयोग मूल शिकतं.

तिसऱ्या वर्षी असलेलं ११ ते १२ किलो वजन दहाव्या वर्षी २३ ते २४ किलो झालेलं असतं व उंची ८८ ते ९० सेंटिमीटरपासून १२८ ते १३० सेंटिमीटर झालेली असते. म्हणजे बालपणीच्या काळात वजनाची वाढ दर वर्षी दीड ते दोन किलो व उंचीची वाढ दर वर्षी पाच

ते सहा सेंटिमीटर असते. या काळात आईवडिलांना सारखं वाटत असतं, की आपलं मूल कमी खातं व शरीरानं वाढत नाही. ज्यांच्या घरी सुबत्ता असेल ते पालक डॉक्टरांकडे नेतात, टॉनिक देतात; पण परिणाम होणार नसतो. या वयातल्या मुलांनाही आपल्या या शरीराची सवय असते, चेहऱ्याची सवय असते. मित्रमैत्रिणींच्या शरीरात व चेहऱ्यात फारसा बदल नसतो. सर्वसाधारण घरी मुलांनी पालकांना अपेक्षित वर्तन आचरणात आणलेलं असतं. पालकांच्या, शिक्षकांच्या शिस्तीची, सवयींची, अपेक्षांची सवय झालेली असते. रोजचं वेळापत्रक ठरलेलं असतं. या सगळ्या कारणांमुळे बालपणाच्या काळात स्थैर्याची भावना असते. त्यामुळे मानसिक सुरक्षिततेची अनुभूती असते.

यानंतरचा येणारा काळ पौगंडावस्थेचा असतो. हिंदी भाषेत याला किशोरावस्था म्हणतात आणि इंग्रजीत Adolescence! बालपण संपलेलं असतं; पण तारुण्य अजून दूर असतं. १० ते

१८ हा काळ सर्वसाधारणपणे पौगंडावस्थेचा समजला जातो. या काळात शरीराच्या वाढीचा वेग एकाएकी जास्त होतो. वजन, उंची यात तर फरक होतोच; पण चेहऱ्याचा आकार, जबडा यातही फरक व्हायला लागतो. नाक, डोळे यांतही फरक पडतो. पुरुषांमध्ये या बदलाच्या जोडीला दाढी, मिशा येऊ लागतात. आरशात बघताना चेहऱ्यात बदल दिसतो. या वयात चेहऱ्यावर मुरूम किंवा तारुण्यपीटिका येऊ लागतात. नीट काळजी घेतली नाही, तर चेहरा विद्रूप होईल इतक्या त्या चिघळू शकतात.

शरीराच्या वजनाची व उंचीची वाढ एकदम सुरू होते, असं नाही. जेव्हा वजन आधी वाढू लागतं तेव्हा स्थूलपणा येतो. जेव्हा उंची वाढू लागते तेव्हा मुलंमुली काटकुळी दिसू लागतात. हातापायांची लांबी वाढते. या वयातील मुलामुलींना स्वतःतील हे बदल जाणवतातच; पण समवयस्क मित्रमंडळींमधलेही हे बदल दिसत असतात. या सोबतच मुलामुलींच्या काखेमध्ये, जननेंद्रियांच्या सभोवती केस येऊ लागतात. मुलींच्या स्तनांची वाढ सुरू होते. या सोबतच शरीरात जैवरासायनिक फरक होत असतात. शरीर जननक्षम होण्यासाठी शरीरातील नलिकाविरहित ग्रंथींमधून काही हार्मोन्स किंवा उती जास्त प्रमाणात तयार होऊ लागतात. मुलींमधील स्त्रीसुलभ बदल व मुलांमधील पुरुषसुलभ बदल त्यामुळेच होत असतात. यात शारीरिक बदलांसोबत मानसिकतेमध्येही बदल होत असतात. या बदलांमुळे अनामिक हुरहूर, विरुद्धलिंगी व्यक्तींबद्दल आकर्षण अशी मानसिकता तयार होत असते.

याच काळात पालकांची वृत्ती बदलत असते. मुलामुलींनी एकत्र खेळू नये, अशी बंधने टाकली जातात. मुलींनी संध्याकाळच्या आत घरी यावं, असा आग्रह सुरू होतो. मुलींच्या वेशभूषेबद्दल आईवडील जास्त सतर्क राहतात. 'नीट बस', 'जोरात बोलू नकोस', 'मुलांपासून दूर राहा' या व अशा सूचना केल्या जातात. मुलांच्या वाढलेल्या शरीरानुसार त्यांच्यावर अपेक्षांचं ओझं टाकलं जातं. 'मोठ्यांचं शरीर व त्यात वावरणारं अपरिपक्व लहान मुलांचं मन,' अशी सत्य परिस्थिती पालकांच्या पुष्कळ वेळा लक्षात येत नाही. पौगंडावस्थेआधी असलेलं शांत, संथ, सुरक्षिततेची भावना जपणारं, अपरिपक्व बालमन अशा अनेक बदलांना सामोरं जाताना गोंधळून जातं. पालक, शिक्षक यांच्या नियमांचा, बंधनांचा जाच झाल्यामुळे काही मुलंमुली बंड करून उठतात, काही मनातल्या मनात कुढतात. बालपणात असलेली जीवनाची वहिवाट आता बिकट वाटू लागते. वादळवाट असल्याची भावना होते.

काही मानसशास्त्रज्ञांच्या मते, अळीचं फुलपाखरू होण्याच्या मधला कोषावस्थेचा काळ म्हणजे पौगंडावस्था! ही कोषावस्था असो किंवा वादळवाट असो; पौगंडावस्थेतून जाणाऱ्या मुलांसाठी, त्यांच्या पालकांसाठी, शिक्षकांसाठी हा काळ समस्याग्रस्त असतो.

पौगंडावस्थेतील बदल

१० ते १५ वर्षे या वयात वर्तनसमस्या सुरू होतात. अशा मुलामुलींना औषधांपेक्षा समजून घेण्याची, संवादाची, प्रेमाची गरज जास्त असते. त्यांच्या वागण्या-बोलण्यातील नकारात्मक बदल पालकांनी नीट समजावून घेतले, त्यांच्यावर अपेक्षांचं ओझं लादलं नाही, तर मुलांना सकारात्मक मानसिकतेनं जगणं सोपं जातं. आणि वर्तनसमस्यांचं निराकरण करणं सोपं होतं.

पौगंडावस्था किंवा किशोरवयामधून मुलंमुली जात असतानाच्या काळात त्यांचं वजन व उंची वेगानं वाढत असते, चेहऱ्यात फरक पडत असतो, हातापायाची लांबी वाढत असते, त्यासोबत भोवती असलेल्या लोकांच्या अपेक्षाही बदलत असतात. विशेषतः मुलींना बंधनं घातली जातात. फ्रॉक घातला असताना 'नीट बस,' 'मुलांबरोबर खेळू नकोस,' 'रात्री घरी लवकर ये,' 'एकटी बाहेर जाऊ नकोस,' अशा तऱ्हेची बंधनं सुरू होतात. ज्या मुली नाकी-डोळी नीट असतील त्यांच्यावर बंधनं जास्त येतात. अर्थात, पालक हे त्यांच्या मुलींवरील प्रेमापोटी करत असतात. मुलगी वयात येते आहे या जाणिवेमुळे पालकांना काळजी वाटत असते. आदर्शवादी पालकांची बंधनं तर आणखी असू शकतात. 'धसकटासारखी वागू नकोस,' 'दातकडं काढू नकोस' किंवा 'फिदी फिदी हसू नकोस,' 'हे मुलीच्या जातीला शोभत नाही,' अशांसारख्या सूचना किंवा टीका केल्या जाऊ शकतात. 'जास्त नट्टापट्टा करू नकोस,' 'सारखी आरशासमोर कशाला जातेस?' अशा वागण्या-बोलण्यासंबंधी अनेक सूचना मुलींना केल्या जातात.

आपल्या मेंदूच्या तळाशी वाटाण्याच्या आकाराची इवलीशी ग्रंथी असते. तिचं नाव 'पिट्युटरी ग्रंथी'! या ग्रंथीतून तयार होणाऱ्या स्रावामुळे शरीरातील अनेक कार्यांना चालना मिळत असते. त्यातील स्रावांना 'हार्मोन्स' अशी इंग्रजीतील संज्ञा मराठीत 'उती' आहे. यातील मानवी वाढीला चालना देणाऱ्या स्रावाला 'ग्रोथ हार्मोन' असं नाव आहे. या स्रावामुळे शरीराची वाढ व विकास यांना चालना मिळते. शरीराच्या लैंगिक अवयवांचा आकार व कार्य यांनाही या ग्रंथीच्या इतर दुसऱ्या स्रावामुळे चालना मिळत असते. त्या दुसऱ्या स्रावाला 'गोनाडोट्रॉफिक हार्मोन' असं नाव आहे. पौगंडावस्थेमध्ये या स्रावाचं प्रमाण वाढतं, त्यामुळे शरीराच्या वाढीचा वेग वाढतो व लैंगिक अवयवाचा आकार वाढून त्यांना कार्यान्वित केलं जातं. मानवी वंश पुढं चालू राहावा हा निसर्गाचा यामागं उद्देश असतो. स्त्रियांमधील बीजकोष व पुरुषामधील वृषण या अवयवांना चालना मिळून स्त्रियांमध्ये बीजांडं व पुरुषांमध्ये शुक्रजंतू तयार होण्याची प्रक्रिया या स्रावामुळे पौगंडावस्थेमध्ये सुरू होते. शरीराच्या वाढीचा वेग या प्रक्रियेच्या दोन वर्षं आधी सुरू होतो व हे अवयव सक्रिय होतात. त्यानंतर दोन वर्षं वाढीचा वेग सुरू असतो.

वाढणाऱ्या वजनामध्ये हाडांचं वजन, स्नायूंचं वजन तर असतंच; पण काही काही ठिकाणी शरीरामध्ये चरबीचं प्रमाणही पौगंडावस्थेमध्ये वाढत असतं.

वाढीचा वेग वाढण्याच्या सुरुवातीला मुलामुलींमध्ये आधी चरबी वाढू लागते. पोटावर, स्तनाग्रांच्या भोवती, कटिराभोवती, मांड्यांवर चरबीचं प्रमाण वाढतं; तसंच मानेभोवती, गालांवर, जबड्याखाली चरबीचं प्रमाण वाढतं. ही चरबी उंची वाढेल तेव्हा कमी होणार असते. ज्या मुलांमध्ये ही चरबीची वाढ जास्त असते ती मुलंमुली स्थूल दिसतात. मुलींमध्ये स्तनाची वाढ तर होतेच; पण काही मुलांमध्येसुद्धा स्तन मोठे झाल्यासारखे दिसतात; पण मुलांमध्ये पुढं ते आपोआप कमी होणार असतात.

हातापायांची लांबीसुद्धा पौगंडावस्थेसोबत किंवा त्याच्या किंचित आधी वाढू लागते. ही वाढ १५ वर्षांपर्यंत वेगानं सुरू असते व पुढं दोन वर्षं मंद गतीनं सुरू राहते. हा वेग पुढंही जास्त सुरू राहिला तर हातपाय शरीराच्या प्रमाणात लांब व बारीक वाटतात. ज्यांची वाढ मंदावते त्यांचे हातपाय लांबीनं कमी व जाडीनं जास्त वाटतात.

वजन, उंची यामध्ये पौगंडावस्थेत फरक पडतोच; पण स्त्री व पुरुषाच्या शरीराची वैशिष्ट्यं घडवणारे बदलही शरीरात दिसू लागतात. हे बदल कातडीचा रंग व पोत यातही दिसतात. लहान वयातील पातळ नाजूक कातडीची जागा जाडसर कातडी घेते. शरीरावर केस प्रकर्षानं दिसू लागतात. पुरुषांमध्ये केसाळपणा जास्त असतो. कातडीवरची घर्मग्रंथीची छिद्रं मोठी झालेली दिसतात. त्या सोबत या ग्रंथीचा आकार वाढत असल्यामुळे त्या सोबतच्या स्निग्ध पदार्थ स्रवणाऱ्या ग्रंथीसुद्धा कार्यरत होऊन कातडी तेलकट दिसते. चेहऱ्याच्या कातडीवर मुरुमाचे

किंवा तारुण्यपीटिकांचे फोड येतात. काही मुलामुलींमध्ये चेहरा विद्रूप दिसण्याइतकं हे प्रमाण जास्त होऊ शकतं. चेहरा वारंवार धुणं, पीटिका नखांनं न खुडणं ही काळजी घेतली नाही, तर हे प्रमाण वाढतं व काही वेळ चेहऱ्यावर नेहमीसाठी व्रण राहून जातात. या तारुण्यपीटिका पुढे पुढे आपोआप कमी होणार असतात.

केसांची वाढही या वयात जास्त होते. आधी जननेंद्रियांभोवती केस येऊ लागतात. मुलांच्या चेहऱ्यावर दाढी-मिशांचे केस येऊ लागतात. अंगावरही केसांचं प्रमाण वाढतं. मुलींच्या चेहऱ्यावरही क्वचित केस जास्त प्रमाणात येऊ शकतात. स्नायूंची वाढ वेगात झाल्यामुळे मुलांचे खांदे रुंद होतात, छाती भरदार होते, पायांची व हातांची जाडी वाढते. मुलांना आणि मुलींनाही या वयात व्यायामाची गोडी लागली, तर शरीर घाटदार होण्यास मदत होते. मुलींमध्येही स्नायूंची वाढ होत असते; पण मुलांपेक्षा त्या वाढीचं प्रमाण कमी असतं.

मुलामुलींच्या आवाजातही फरक पडतो. मुलींचा आवाज जास्त कर्णमधुर होतो. मुलांचा आवाज सुरुवातीला घोगरा होतो व नंतर खोल व भरदार होतो. जेव्हा वाढ वेगात असेल तेव्हा आवाज फुटू शकतो.

या शारीरिक वाढीच्या एकाएकी वाढलेल्या वेगामुळे क्वचित मुलामुलींना थकवा जास्त येऊ शकतो. या वयात सुरुवातीला भूक कमीजास्त होते, अपचनाचा त्रास होतो. खाण्यापिण्याच्या सवयी बदलतात. चटकमटक, तळकट, तिखट खाण्यामुळे अपचन, आम्लपित्त हा त्रास वाढू शकतो. आहार चौफेर नसला, तर हिमोग्लोबिनचं रक्तातील प्रमाण कमी होऊन रक्तक्षयाची सुरुवात होऊ शकते व त्यामुळे अशक्तपणा येऊन थकवा वाढू शकतो. विशेषतः मुलींमध्ये मासिक पाळीच्या रक्तस्रावामुळे रक्तक्षय होण्याची शक्यता जास्त असते.

मुलींमध्ये पाळी सुरू होताना डोकेदुखी, जीव मळमळणं, उलट्या, चक्कर येणं, पोटात दुखणं अशा प्रकारचा त्रास होऊ शकतो. क्वचित पावलांवर सूज येऊ शकते. यामुळे थकवा, उद्विग्नता, चिडचिड वाढू शकते.

पौगंडावस्था संपत येते तसे हे तब्येतीमधले बदल हळूहळू कमी होतात आणि आपोआप निघून जातात. या वयात शरीरातील हार्मोन्सच्या वाढत्या प्रमाणानं थकवा व मानसिक ताण आणि उद्विग्नता जास्त वाटते. मोठी आजारपणं फारशी येत नाहीत. आहाराची काळजी घेतली, खेळ व व्यायामाची कास धरली, तर तब्येतीमधील छोट्या तक्रारी जाणवत नाहीत.

या वयात औषधांपेक्षा मुलांना समजून घेण्याची, संवादाची, प्रेमाची गरज जास्त असते. त्यांच्या वागण्या-बोलण्यातील नकारात्मक बदल पालकांनी नीट समजावून घेतले, त्यांच्यावर अपेक्षांचं ओझं लादलं नाही, तर मुलांना सकारात्मक मानसिकतेनं जगणं सोपं जातं.

झंझावाती प्रवास

घरातील पालक, वडीलधारी मंडळी, शिक्षक यांचा सकारात्मक दृष्टिकोन व मानसिक आधार मुलामुलींना पौगंडावस्थेतील समस्येतून बाहेर यायला मदत करणार असतो.

को षावस्थेमध्ये असताना किंवा वादळवाटेवरून जात असताना पौगंडावस्थेतून जाणाऱ्या मुलामुलींनी काही ठरावीक जबाबदाऱ्या पार पाडायच्या असतात, असं मानसशास्त्रज्ञ मानतात. याला Developmental tasks किंवा 'विकासासाठी अत्यावश्यक जबाबदाऱ्या' असं नाव श्री. ॲडम्स या मानसशास्त्रज्ञानं दिलेलं होतं. त्याच्या मते या वयात जर या जबाबदाऱ्या यशस्वीपणे पार पडल्या गेल्या, तर पुढे त्यातून परिपक्व व्यक्तिमत्त्व उदयाला येण्याची शक्यता वाढते. ॲडम्सना अभिप्रेत असलेल्या जबाबदाऱ्या पुढीलप्रमाणे आहेत...

▶ **बदललेल्या आकारातल्या शरीराशी एकरूप होणं**
▶ **स्वतंत्रपणे आचार व विचार करणं**
▶ **स्वतंत्रपणे सभोवतीच्या मंडळींशी नवे सकारात्मक संबंध जोडणं**
▶ **भविष्याच्या दृष्टीने आर्थिक व सामाजिक स्थैर्य मिळवण्यासाठी प्रयत्न करणं**
▶ **स्वतःची जीवनमूल्ये ठरवून त्यानुसार वर्तन करणं**
▶ **स्वतःचे विचार व मतं मांडण्याची क्षमता मिळवणं**

या जबाबदाऱ्या पार पाडण्यासाठी असलेली वाट सरळ एका रेषेत नसते. शरीरातील बदल, मानसिकतेतील बदल, हार्मोन्समुळे होणारी भावनिक आंदोलनं, या सगळ्यांमुळे होणारे वर्तनातील बदल, त्या बदलांना मिळणारा पालकांचा, शिक्षकांचा, मित्रमैत्रिणी व इतर मंडळींचा प्रतिसाद, घरची आर्थिक व सामाजिक परिस्थिती, घरातील वातावरण या सगळ्यांचा परिणाम होत असतानाच या जबाबदाऱ्या पार पाडण्याचं कार्य पौगंडावस्थेतील मुलामुलींना करायचं असतं. अडचणीतून मार्ग काढण्यासाठी मदत मिळो वा ना मिळो, प्रयत्न स्वतः करायचे

असतात. वाटेत अडचणीचे डोंगर, नद्या-नाले असावेत तशा अनंत अडचणी येत असतात. शारीरिक बदलांसोबत येणारे काही अपरिहार्य प्रश्नसुद्धा त्रास देत असतात. मुलींना येणाऱ्या मासिक पाळीच्या सोबत ओटीपोटीतील दुखणं, उलट्या, चक्कर अशासारख्या तक्रारी सुरू झाल्या, तर ती मुलगी तर व्यथित होतेच, पण तिच्या समवयस्क मुलींनाही त्यामुळे 'आपल्याला तर असं होणार नाही नं?' असं वाटून मानसिक ताण वाढू शकतो. स्तनांचा बदलणारा आकार नितंबांवर वाढलेलं चरबीचं प्रमाण यामुळे मनात अस्वस्थता निर्माण होते व नकळत इतर समवयस्क मुलींच्या अवयवांशी तुलना करून 'आपली वाढ सदोष तर नाही ना?' अशी काळजी वाटू शकते. मुलांनी मारलेले टोमणे त्रास देऊ शकतात व मुलांनी दुर्लक्ष केलं, तर न्यूनगंडाची भावना येऊ शकते. आपल्या शरीरावर इतरांच्या रोखलेल्या नजरा अस्वस्थ करू शकतात.

मुलांमध्येसुद्धा इतरांच्या शरीरातील वाढीच्या वेगामुळे अस्वस्थता येऊ शकते. वाढीचा वेग इतरांपेक्षा कमी असला तर 'आपण कुठं कमी आहोत' अशी भावना येते. आकारानं बलदंड झालेली, शारीरिक वाढीचा वेग जास्त असणारी मुलं 'बच्चा आहे', 'अजून तान्हं बाळ आहे' अशी संभावना करून न्यूनगंड वाढवू शकतात. रात्री झोपेत झालेलं वीर्यस्खलन, हस्तमैथुन या अनुभवातून अपराधी भावना येऊ शकते. अशा वेळी 'हे सगळं वयानुरूप योग्य आहे' याची जाणीव देणारी कुणी जबाबदार व्यक्ती ही न्यूनगंडाची भावना दूर करू शकते. दाढी-मिशा उशिरा येणं, आवाज उशिरा फुटणं याचासुद्धा असाच काहीसा परिणाम होऊ शकतो. सुरुवातीला होणारी वाढ काही अंशी असमान असते. लांब हात पाय, मोठ्या आकाराची पावलं, भराभर वाढणारं नाक व वरचा जबडा, त्या मानानं लहानशी दिसणारी हनुवटी यामुळे 'आपण असे बेढब कुरूप नेहमी दिसू' अशी भावना मुलांना भेडसावू शकते. या वाढत्या लांब हातपायांमुळे हालचालींमध्येही विचित्रपणा येतो. लांबीची कल्पना न आल्यानं गोष्टींना टक्कर लागणं, धडपडणं असं वारंवार घडू शकतं यामुळेही 'आपला शरीरावरचा ताबा आपण गमावतो आहोत का?' अशी हीनपणाची भावना येऊ शकते. 'बालपणच्या लहान शरीरातले आपण तेच आहोत, शरीर बदलतं आहे आणि त्यानुसार आपलं वागणं-बोलणं बदलायचं आहे. इतरांच्या नजरेतून शरीराच्या आकाराला अनुसरून आपल्याला वागायला हवं आहे' ही जाणीव ठेवून आपण विचार करू शकतो व विचार करून आपल्याला स्वतःमध्ये बदल घडवायचे आहेत याचं भान आलं, की बदललेल्या शरीराशी एकरूप होणं सहजपणे घडू शकतं. घरातील पालक, वडीलधारी मंडळी, शिक्षक यांचा सकारात्मक दृष्टिकोन व मानसिक आधार मुलामुलींना या अवस्थेतून बाहेर यायला मदत करणार असतो. 'तू मोठा होतो आहेस', 'तू विचार करू शकतेस', 'तू विचार करून ठरव', 'तुझा निर्णय तू घेतलास तर उत्तम' अशी भाषा वापरून या वयातील मुलामुलींशी पालकाचा संवाद घडायला हवा असतो.

'एवढा घोडा झालास अजून अक्कल आली नाही,' असा संवाद कधी, तर कधी 'अजून बच्चा आहेस, तुला कळायचं नाही' असे परस्परविरोधी संवाद साधणारे पालक पौगंडावस्थेतील मुलामुलींमध्ये विभ्रमावस्था निर्माण करत असतात. 'अरे काय रे, अशा हातापायाच्या काड्या कशा रे तुझ्या?' असं न म्हणता 'तुझी उंची छान वाढते आहे हं' अशा अर्थाची वाक्यं स्वतः विषयी व शरीराविषयी सकारात्मक प्रतिमा तयार करायला मदत करू शकतात. 'बावळट', 'मूर्ख', 'बेअक्कल' अशा तऱ्हेचे शेरे न मारता चुकलेल्या वर्तणुकीबद्दल निश्चित शब्द वापरले जायला हवेत. 'अरे ही वस्तू महाग आणलीस; चार दुकानांत चौकशी केली असती, तर तुलाच बाजारभाव कळला असता?' किंवा 'अग, दूध कुठल्याही क्षणी उतू जाऊ शकतं, दूध तापवताना गॅसच्या समोरच उभं राहायला हवं.' प्रत्येक जण साधू संत नसतो. प्रत्येकाला हिमालय डोक्यावर ठेवून जगणं जमत नसतं. पौगंडावस्थेतील मुलांच्या वर्तणुकीचा पालकांना राग येऊ शकतो. पण राग व्यक्त करताना वापरले गेलेले शब्द त्या चूक कृतीबद्दल असावेत. चुकीच्या वर्तणुकीबद्दल असावेत. मूर्ख, बेअक्कल, 'काहीच समजत नाही' अशी निरर्थक शब्दरचना टाळली जावी. एकाच चुकीची शिक्षा वारंवार दिली जाऊ नये.

मूर्तिकार मूर्ती घडवत असताना मोठा घण वापरत नसतो. लहान छिन्नी व छोटी हातोडी वापरून दगडातले नको वाटणारे टवके तो काढत असतो. कुंभार चाकावर फिरणाऱ्या मातीला आकार देताना हवा तेवढा मोजकाच हलका दाब देत असतो. जास्त दाब दिला तर मडकं तयार होणंच कठीण. पालकांना तशाच तऱ्हेचं कौशल्य मुलांना घडवताना वापरायचं असतं.

पौगंडावस्थेतून जाताना मुलंमुली त्यांच्यातील शारीरिक वाढीमुळे, हार्मोन्समुळे होणाऱ्या भावनिक आंदोलनामुळे, शरीरातील तारुण्यसुलभ बदलामुळे मानसिक ताणाला सामोरं जात असतात. त्यांच्या समवयस्क मुलांमध्येही अशीच परिस्थिती असते. त्यामुळे त्यांच्यातील परस्पर संबंधसुद्धा बदललेले असू शकतात. त्यातून होणारे गैरसमज, वादावादी यामुळेसुद्धा हा ताण आणखी वाढत असतो. अशा वेळी त्यांना मानसिक आधार हवा असतो. पालकांना हा आधार देता आला तर मुलं स्वतःहून ताणाचं समायोजन करू शकतात. मानसिक ताणाचं समायोजन जर करता आलं, तर मनातल्या गोंधळाचा गुंता सोडवून स्वतःला घडवण्याची प्रक्रिया सुरू होण्यास मानसिक अनुकूलता तयार होऊ शकते. एरिक एरिकसन नामक मानशास्त्रज्ञानं या सगळ्या गोंधळाच्या प्रक्रियेला आत्मशोधाचा झंझावात (Identity Crisis) असं म्हटलेलं आहे. या झंझावातातून बाहेर पडायचं, तर पौगंडावस्थेतून जाणाऱ्या मुलांना किंवा मुलींना स्वतः प्रयत्न करायचे असतात. त्यासाठी त्यांना आईवडील, शिक्षक, वडीलधारी माणसं यांचेकडून समजूतदारपणा हवा असतो, सुरक्षिततेची भावना हवी असते.

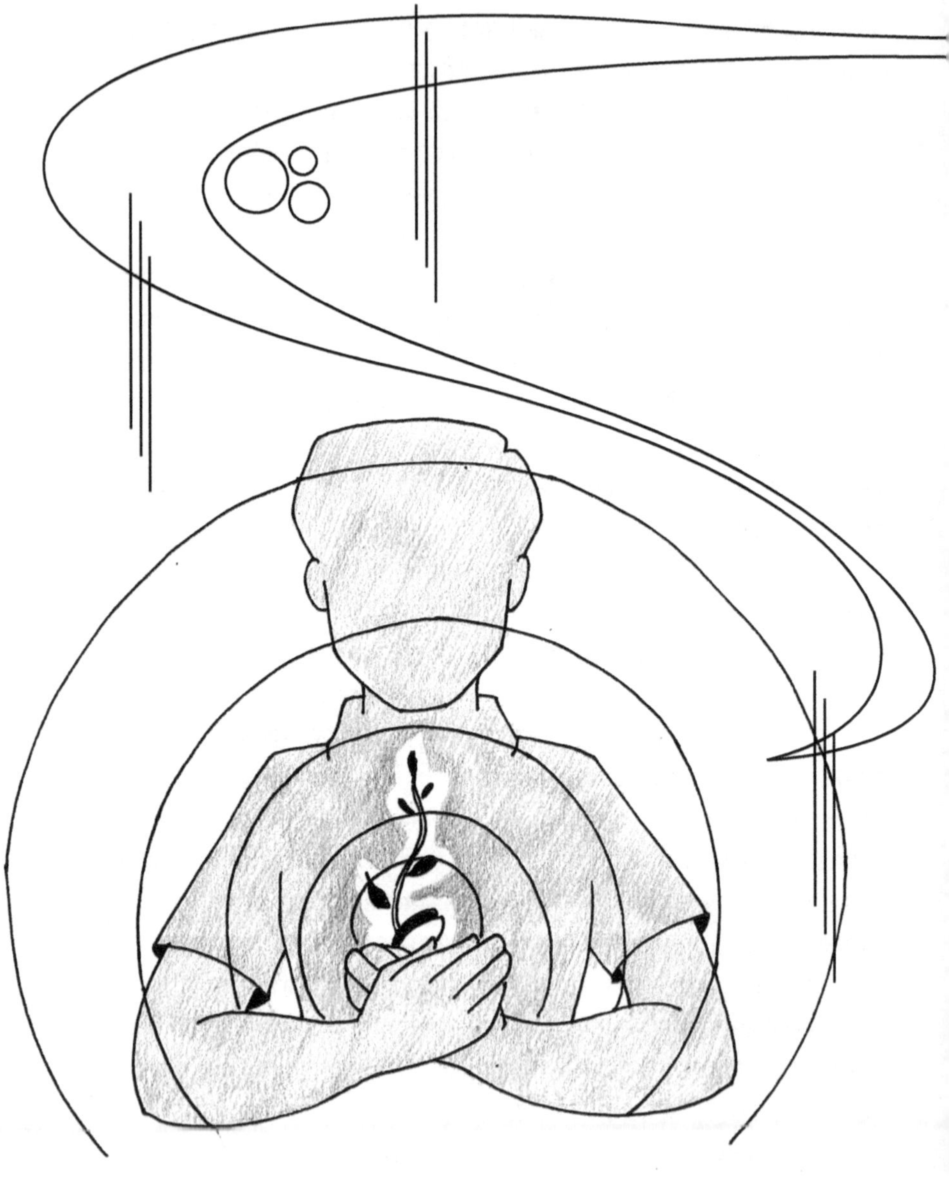

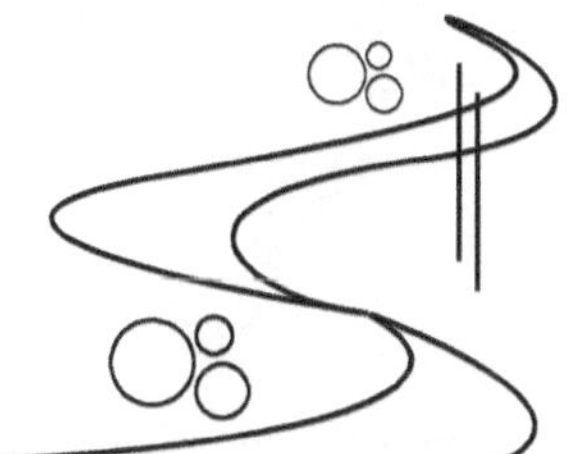

व्यक्तिमत्त्वाचा अंकुर

नकारात्मक वर्तनावर नजर न ठेवता सकारात्मक वर्तन व कृतींवर जास्त लक्ष केंद्रित करून त्याबद्दल प्रोत्साहन, स्तुतीचा अवलंब करण्यास पालकांनी चुकू नये. या छोट्याशा सकारात्मक अंकुरातून व्यक्तिमत्त्वाची वेल फुलणार असते.

पौगंडावस्थेत होणारी शरीराची वाढ एकसूत्री नसते. कुणाची उंची आधी वाढते, कुणाचं वजन. मुलींपैकी कुणाला लवकर पाळी येते, कुणाला उशिरा; कुणाच्या स्तनांची वाढ आधी सुरू होते, कुणाची उशिरा. मुलांमध्ये कुणाला दाढी-मिशा आधी येतात, कुणाला उशिरा. कुणाचा आवाज आधी फुटतो, कुणाचा नंतर. या बदलाचा त्यांच्या मानसिकतेवर होणारा परिणाम मात्र एकसूत्री असतो. तो म्हणजे, इतरांपेक्षा आपल्यात काम कमी आहे, आपण इतरांपेक्षा कुठे कमी पडतो, हे विचार त्यांना जास्त त्रास देत असतात. कदाचित त्यांच्या मनामध्ये पूर्ण वाढ झालेल्या स्त्री-पुरुषांची प्रतिमा तुलनेसाठी वापरली जात असेल, त्यामुळे स्वतः कुठंतरी कमी पडतो आहे, असं या वयात सतत वाटत असतं. आपल्यात काय सकारात्मक आहे, हा विचार फारसा येत नसतो.

या अशा स्वतःबद्दलच्या नकारात्मक विचारांसोबत हार्मोन्सच्या परिणामांमुळे आलेल्या तरल भावना व हळवं मन यामुळे इतरांकडून व्यक्त केलेला एखादा शब्द दुखावून जातो, असं घडतं. इतरांच्या तोंडून निघालेला सहज उद्गार आपल्याला कमी लेखण्यासाठी तर नाही, असं सारखं वाटू शकतं. इतरांच्या नजराही अकारण बोचऱ्या वाटू शकतात. काही मुलीमुलं यामुळे एकलकोंडे राहू इच्छितात. काहींची त्यामुळे चिडचिड होते. काही 'अरे'ला 'कारे'ने उत्तर देतात, थोड्या थोड्यांं चिडतात. या अशा नकारात्मक वागणुकीमुळे इतरांची त्यांच्याकडे

बघण्याची, त्यांच्याशी वागण्याची पद्धत बदलू शकते. पालकांशी, मित्रमैत्रिणींशी थोड्या थोड्या गोष्टींनी वादावादी, बोलाचाली, भांडणं होऊ शकतात. या काळात खरं तर आईवडिलांनी त्यांच्यातील सकारात्मक गोष्टींची जाणीव करून न्यूनगंड कमी करायला मदत करायची असते. पण घडतं उलटंच! या चिडचिडीचं कारण न समजल्यामुळे पुष्कळदा पालकांची सहनशीलता ताणली जाऊन त्यांच्याशी होणारी वादावादी हा रोजच्या दिनक्रमाचा एक भाग होऊ शकते. आईवडिलांपैकी कुणी रागीट असेल तर मार खायचेही प्रसंग येऊ शकतात. यातून एक दुष्टचक्र सुरू होऊन आईवडील व मुलांमध्ये दुरावा निर्माण होऊ शकतो. 'आपण कुठेतरी कमी आहोत' या न्यूनतेच्या भावनेसोबत 'आपण आईवडिलांना नकोसे झालेलो आहोत', ही मानसिकता वाढीला लागू शकते. यातून असुरक्षिततेची भावना निर्माण होऊ शकते. याचे काही प्रत्यक्ष व अप्रत्यक्ष परिणाम होऊ शकतात.

प्रत्यक्षरीत्या न्यूनगंडाची भावना व त्यासोबत आपण नकोसे झालेलो आहोत ही मानसिकता, यामुळे खिन्नता, विषण्णता अशा क्रमानं वैफल्य वाढत जाऊन जीव नकोसा होऊन पुढे आत्महत्येपर्यंत विचार प्रवास करू शकतात, कधी 'मी सगळ्यांना नकोसा झालेलो आहे', किंवा 'नकोशी झालेली आहे', 'मला जगावंसं वाटत नाही' असे संवाद बाहेर पडू शकतात व त्यातून मानसिकतेची कल्पना येऊ शकते. कधी 'झोपेच्या गोळ्या कुठे मिळतील?', 'कशा मिळतील?' अशासारखी चौकशी केल्याचं कानावर येऊ शकतं. कधी कुणाशी न बोलता शून्यात नजर लावून किंवा अश्रू गाळत बसल्याचं लक्षात येऊ शकतं. कधी यासोबत शाळेतील अभ्यास मागे पडल्याचं लक्षात येऊ शकतं. मैत्रिणी व मित्रांशी संबंध ताणल्याचं लक्षात येऊ शकतं.

अप्रत्यक्ष परिणामांमध्ये व्यसनांच्या मागे लागण्याची वृत्ती वाढू शकते. कधी मित्रांच्या टोळक्यात सामील होऊन त्यांच्या नादाने गुन्हेगारी वृत्ती वाढू शकते. टोळक्यामध्ये राहिल्यामुळे सुरक्षिततेची भावना त्यांना मिळाल्यामुळे असं घडू शकतं. कधी शेजारी राहणारी व्यक्ती किंवा कुणी नातेवाईक किंवा मित्रमैत्रिणींचे पालक यांच्याकडून जर प्रेम मिळतं असं जाणवलं, तर त्यांच्याकडे भावनिक ओढा वाढू शकतो. ज्या व्यक्तीसोबत हे नवे संबंध घडतील त्यांच्या वृत्तीप्रमाणे त्याचे बरेवाईट परिणाम घडू शकतात. असा मानसिक आधार देणारी व्यक्ती वात्सल्यापोटी प्रेम करत असेल व निःस्वार्थीपणानं हे घडत असेल तर पौगंडावस्थेतून जाणाऱ्या मुलामुलींसाठी त्याचा विधायक उपयोग होऊ शकतो. त्यातून मानसिक ताण कमी होऊ शकतो. त्यामुळे मनःशांती मिळून वर्तणुकीमध्ये अनुकूल बदल घडू शकतात. क्वचित ती व्यक्ती स्वार्थापोटी असं करत असेल तर प्रेमाच्या मोबदल्यामध्ये अयोग्य चाळे वा कृती करायला बाध्य केलं जाऊ शकणं, एखादी व्यक्ती 'काका', 'मामा' असं नातं जोडून मुलीशी किंवा

मुलाशी शारीरिक जवळीक साधून लैंगिक चाळे करू शकते किंवा लैंगिक संबंधही प्रस्थापित करू शकते. असं करणारी स्त्री असू शकते किंवा पुरुषही असू शकतो. त्याला वयाचं बंधन नसतं. कधी कधी वयानं थोडीफार मोठी असलेली व्यक्ती भावनिकदृष्ट्या जवळ येऊ शकते. पौगंडावस्थेतील मुलामुलींना ही भावनिक जवळीक म्हणजे प्रेम वाटू शकतं. यातून लैंगिक संबंध प्रस्थापित होऊ शकतात, लग्नाच्या आणाभाका होऊ शकतात. हे लैंगिक संबंध चोरून घडणार असतात. कारण या वयातील लग्नाला समाजमान्यता नसते. हे प्रकरण वडीलधाऱ्या मंडळींपर्यंत गेलं तर त्यावर तीव्र प्रतिक्रिया होऊ शकते, कधी यातून शिक्षा होऊ शकते. त्या दुसऱ्या व्यक्तीच्या कुटुंबाकडून विरोध होऊन संबंध तोडले जाऊ शकतात. विचार परिपक्व नसल्यामुळे असा तुटलेला प्रेमसंबंध आत्महत्येला प्रवृत्त करू शकतो.

क्वचित वयानं मोठी नसली तरी समोरची व्यक्ती विचारानं परिपक्व असेल तर ती असुरक्षिततेची भावना कमी करायला मदत करू शकते. 'आपण कुणाला तरी हवे आहोत' हा विचार जगण्याची ऊर्मी देतो. त्यातून सकारात्मक विचारांना चालना मिळू शकते. अशा एका व्यक्तीच्या मदतीनं किंवा वाचनातून किंवा दूरदर्शन किंवा चित्रपटाच्या मदतीनं सकारात्मक किंवा विधायक कृतींमध्ये रस घेतला जाऊन आंतरिक क्षमतांचं कलांमध्ये रूपांतर होण्याची प्रक्रिया घडू शकते.

अशी भूमिका पालक निभवू शकले तर ते मूल भाग्यवान समजायचं. यासाठी पहिल्यांदा ते आपलं मूल आहे, आपल्या रक्तामांसाचं आहे, त्याच्यावर आपणच संस्कार केलेले आहेत, याची जाणीव ठेवून त्यांच्या नकारात्मक कृतींकडे व वर्तनाकडे टीकाकाराच्या दृष्टीनं न बघता मदत करण्याच्या दृष्टीनं बघायला हवं. त्यांच्या दुर्गुणांसहित त्यांना स्वीकारायला हवं. त्यांना सुधरवण्याचा अट्टाहास न धरता आधी 'त्यांना सुरक्षिततेची भावना कशी देता येईल', 'आपलं प्रेम त्यांच्यापर्यंत कसं पोचवता येईल' या विचारांना पालकांनी अग्रक्रम द्यायची गरज असते. एकदा मन स्वस्थ झालं की मुलं आपली आपण जबाबदारी स्वीकारून वर्तनात अनुकूल बदल घडवून आणू शकतील, ही खात्री पालकांना वाटायला हवी. बालपणी केलेले संस्कार वाया जाणार नसतात, हा सकारात्मक विचार पालकांनी बाळगण्याची गरज असते. नकारात्मक वर्तनावर नजर न ठेवता सकारात्मक वर्तन व कृतींवर जास्त लक्ष केंद्रित करून त्याबद्दल प्रोत्साहन, स्तुतीचा अवलंब करण्यास चुकू नये. या छोट्याशा सकारात्मक अंकुरातून व्यक्तिमत्त्वाची वेल फुलणार असते.

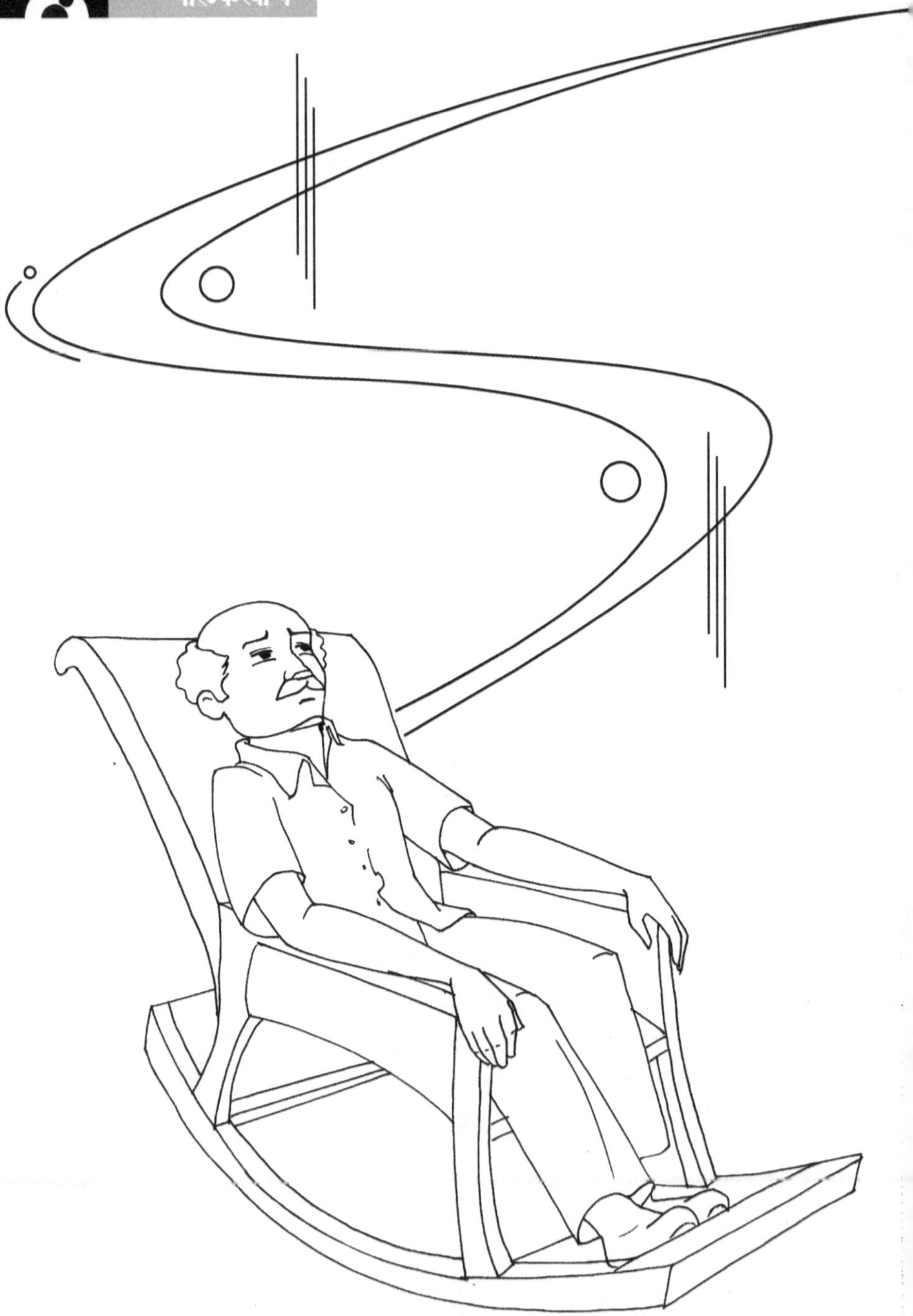

आधी केले मग सांगितले...

मुलं पौगंडावस्थेतील वादळवाटेवरून जात असतात, तेव्हा त्यांचे
आईवडील मध्यम वयाच्या झंझावातात सापडलेले असतात.
यात एक फार मोठा फरक आहे. या झंझावाताला तोंड देण्यासाठी
पौगंडावस्थेतील मुलंमुली मनानं अपरिपक्व असतात; पण त्यांच्या
पालकांकडून परिपक्वतेची अपेक्षा असते. त्यांना स्वतःसोबतच
पुढल्या पिढीलाही आधार द्यायचा असतो. आकार द्यायचा असतो.

मुलामुलींची पौगंडावस्था असते तेव्हा त्यांचं व्यक्तिमत्त्व घडण्याची प्रक्रिया सुरू
झालेली असते. याच सुमाराला त्यांच्या आईवडिलांना चाळिशीचे वेध लागलेले
असतात. या वयापर्यंत आर्थिक स्थिरता आलेली असते. काही घरी सुबत्ता
आलेली असते. यशाच्या शिखरावर असल्याचं आईवडिलांचं वय असतं. ज्यांनी स्वतःच्या
शरीराचा विचार केलेला नसतो, अशा आईवडिलांचं स्थूलतेकडे प्रवास सुरू झालेला असतो.
काहींना चाळिशीच्या आधीच रक्तदाबाची लक्षणं सुरू होतात. त्याला कारण स्थूलता असू
शकतं, यशासोबत येणाऱ्या मानसिक ताणामुळे असू शकतं. काहींना आयुष्यात आलेल्या
अपयशामुळे, नकारात्मक अनुभवामुळेही रक्तदाब, मधुमेहाची लक्षणं मानसिक ताणतणावाचं
योग्य नियोजन न झाल्यानं येऊ शकतात. काही मानसशास्त्रज्ञांच्या मते मध्यम वय येण्याचा
व तारुण्य ओसरणं सुरू होण्याच्या सीमारेषेवरचा हा काळसुद्धा संक्रमणाचा काळ असतो.
क्वचित डोकावणारा पांढरा केस, कुणाला पडलेलं टक्कल, पोटाचा वाढलेला घेर,
क्वचित गुडघेदुखी अशी वाढत्या वयाची जाणीव देणारी लक्षणं काही पालक मंडळींना
येऊ शकतात. स्त्रियांमध्ये मासिकपाळीचा अनियमितपणा, क्वचित पोटदुखी, अतिस्राव,
हार्मोन्सच्या बदलत्या प्रमाणामुळे चिडचिड, बदलती मानसिकता, हळवेपणा असंही घडू शकतं.

काही मानसशास्त्रज्ञ याला 'मध्यम वयाचा झंझावात' असंही म्हणतात. दोन पिढ्यांमध्ये साधारण एकाच काळात हा झंझावात त्यांच्या परस्परांमधील ताण वाढवण्यास कारणीभूत ठरू शकतो, असं त्यांचं मत आहे.

यात एक फार मोठा फरक आहे. या झंझावाताला तोंड देण्यासाठी पौगंडावस्थेतील मुलंमुली मनानं अपरिपक्व असतात; पण त्यांच्या पालकांकडून परिपक्वतेची अपेक्षा असते. त्यांना स्वतः सोबतच पुढल्या पिढीलाही आधार द्यायचा असतो. आकार द्यायचा असतो.

संकटांना तोंड देऊन अडचणींतून मार्ग काढत चाळिशीपर्यंत आलेल्या यशस्वी व्यक्तींमध्ये भरपूर आत्मविश्वास असतो व असायलाही हवा. समोर आलेली समस्या स्वबळावर सोडवण्याची क्षमता यायला हवी. बहुतेक समस्यांची प्रश्नांची उत्तरं माहिती असतात. अडचणीतून बाहेर पडण्याचे मार्ग शोधण्याची धमक असते. यामुळेच काही पालकांना पौगंडावस्थेतून जाणाऱ्या मुलांची अपरिपक्वता, प्रश्न सोडवण्याची अपुरी क्षमता यांचा त्रास होतो. राग येतो. खरं तर आपले जुने पौगंडावस्थेतील दिवस आठवून बघितले, तर मुलामुलींना समजून घेणं सोपं जाणार असतं. आपण त्या काळात असेच होतो व आज समर्थ झालो आहोत याची जाणीव ठेवून ही मुलंमुलीही आपल्यासारखीच समर्थ होतील, हा आशावाद पालकांनी बाळगायला हवा. त्यातून त्याचं स्वतःचं मन स्वस्थ होईल व मुलामुलींना समजून घेणंही सोपं होईल. पौगंडावस्थेतून जाणारं मूल शरीरानं बदलत असलं, तरी ते आपलंच आहे. वर्तणुकीतील बदल असले, तरी ते तात्पुरते आहेत. आपण आपल्या आजवरच्या दिलेल्या संस्कारांवर विश्वास ठेवायला हवा. त्यातूनच या मुलांचं व्यक्तिमत्त्व घडायला मदत होईल, असे सकारात्मक विचार पालकांनी करायला हवेत.

या निमित्तानं पालकांना त्यांच्या मानसिक ताणाचं नियोजन करण्यासाठी संधी मिळत असते. मध्यम वयासोबत उंबरठ्यावर उभ्या असलेल्या मधुमेह, हृदयविकार, रक्तदाब या व्याधी शरीरात येण्यासाठी उत्सुक असतात. मानसिक ताणाचं नियोजन करून त्यांना दूर ठेवण्याचा प्रयत्न केला जाऊ शकतो.

मध्यम वयातून जाणाऱ्या पालकांनी स्वतःचा आहार, व्यायाम, छंद याकडे नव्यानं पाहण्याची जरूरी असते.

पौगंडावस्थेतून जाणाऱ्या आपल्या मुलामुलींमधले दोष-दुर्गुण शोधण्यासोबत स्वतःमधील नकारात्मक वृत्ती, अवगुण यांचा पालकांनी विचार करायला हवा. स्वतःमध्ये फरक घडवून, जुन्या अवांछित सवयी बदलून आपल्या मुलामुलींपुढे आदर्श ठेवण्यासाठी हा आदर्श काळ असतो. मुलामुलींना शिस्त लावताना त्यांनी चुकीच्या सवयी बदलाव्यात असा आग्रह धरणाऱ्या, त्यासाठी रागावणाऱ्या, मुला-मुलींना धारेवर धरणाऱ्या वृत्तीपेक्षा स्वतःमधील बदल घडवीत, त्यांचे आदर्श पुढे ठेवून त्यांना शिस्त लावण्याचा प्रयत्न पालकांनी करायला हवा.

जो जमवून घेईल तो सिकंदर

मानसशास्त्रज्ञांनी बुद्धिमत्तेची व्याख्या करताना दोनच घटकांचा विचार केलेला होता. त्यातला पहिला घटक होता, भोवतालच्या व्यक्तींशी व वातावरणाशी जमवून घेण्याची क्षमता व समस्या सोडवण्याची क्षमता.

आपल्या मुलांच्या बुद्धिमत्तेबद्दल बोलताना पालकांना फक्त पाल्याला परीक्षेत मिळालेले गुण अभिप्रेत असतात. माझ्या मते हा विचार अज्ञानमूलक आहे. बुद्धिमान व्यक्ती विविध क्षेत्रांत आपला ठसा उमटवू शकते. आजकाल पूर्ण जग कर्तृत्ववान व्यक्तींसाठी खुलं झालेलं आहे. अभ्यास करून डिग्री घेतली म्हणजे ती व्यक्ती बुद्धिमान आहे किंवा वर्गांत नेहमी पहिला येणारा मुलगा किंवा मुलगी हेच बुद्धिमान असतात, हे विसाव्या शतकातील पालकांचे विचार एकविसाव्या शतकात कालबाह्य ठरू पाहत आहेत.

तसं पाहिलं तर मागल्या शतकातसुद्धा शिक्षण अर्धवट सोडलेल्या व्यक्ती वेगवेगळ्या क्षेत्रांत आपलं नाव मानवी इतिहासात अजरामर करून गेलेल्या आहेत. ज्याच्या पदार्थविज्ञानातील विविध शोधांमुळे विसाव्या शतकाचा चेहरामोहरा बदलून गेला तो थॉमस अल्वा एडिसन बुद्धू म्हणून शाळेतून बाहेर काढला गेला होता. संगीतक्षेत्रात सातशेच्या वर गाण्यांना संगीत देऊन अजरामर झालेले सी. रामचंद्र किंवा रामचंद्र चितळकर यांनीही शाळा सोडली होती. राज कपूर हा बुद्धिमान समजला गेलेला दिग्दर्शक अभ्यासात खूप पुढं होता असं नाही; पण या सगळ्या मंडळींचं बालपण अतिशय कष्टाचं, प्रतिकूल परिस्थितीतून गेलेलं होतं. अनंत अडचणींना तोंड देत त्यांनी यशाची वाट चोखाळली होती. त्यामुळे अडचणींमधून मार्ग काढण्याची, समस्या

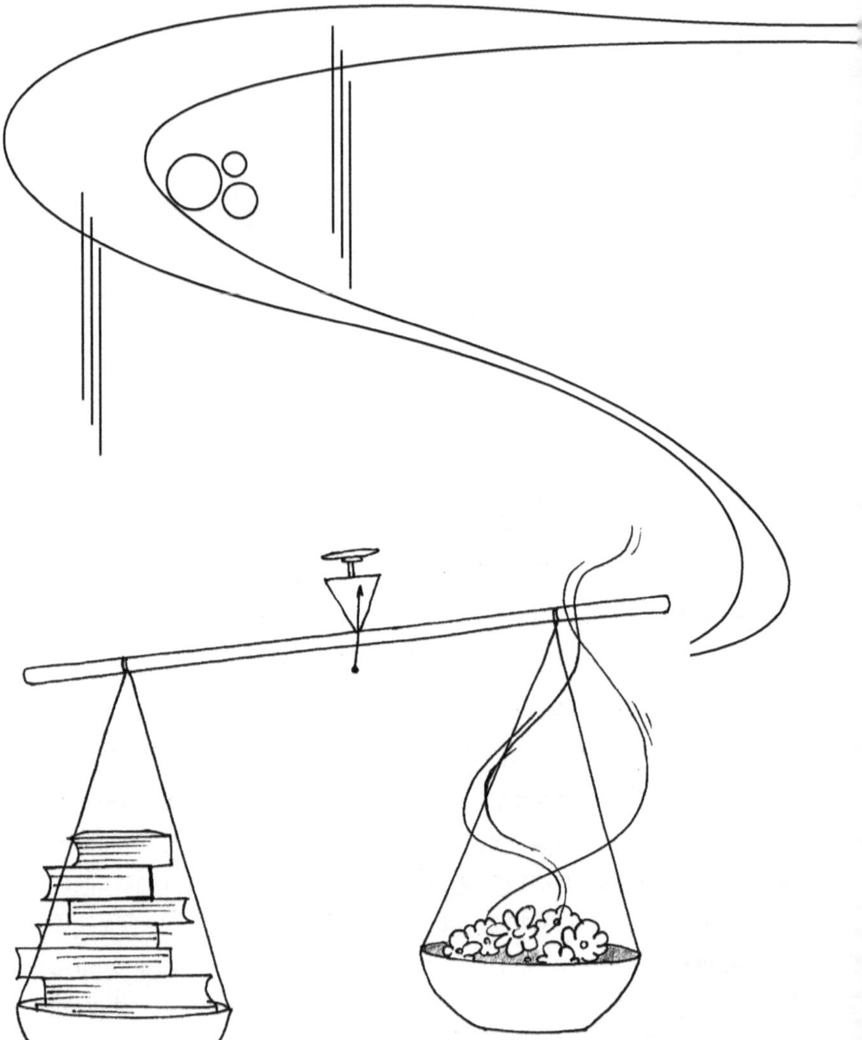

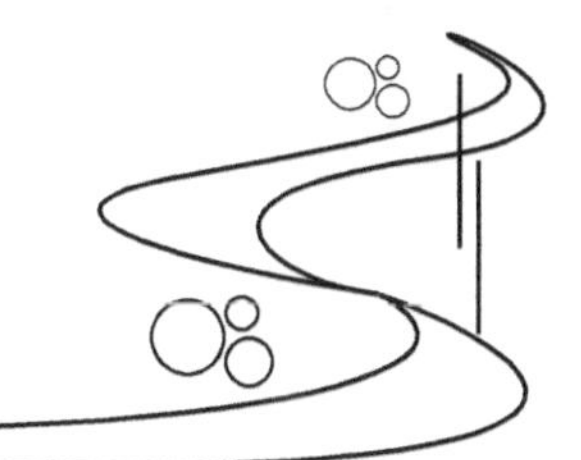

सोडवण्याची त्यांची वाढलेली क्षमता हे त्यांच्या यशासाठी कारण असू शकते. अभ्यास एके अभ्यास, केवळ अभ्यास एवढं ध्येय असलेली मुलं परीक्षांमध्ये यशस्वी होतील, यात शंका नाही; पण आयुष्यात यशस्वी होतील किंवा नाही हे सांगणं कठीण आहे. पाश्चात्त्य देशांत यावर मानसशास्त्रज्ञांनी संशोधन करून असं अनुमान काढलं, की यातली अभ्यासात हुशार असलेली बहुतांशी व्यक्तिमत्त्वं व्यवसायात, नोकरत आणि व्यक्तिगत आयुष्यात अपयशी ठरलेली होती. यातूनच 'भावनिक बुद्धिमत्ता' ही संकल्पना पुढं आली. फक्त पुस्तकी ज्ञान असणाऱ्या व्यक्तींना आपल्या पूर्वजांनी 'पढत मूर्ख' म्हटलं आहे.

आपल्या स्वतःच्या भावना ओळखून संपर्कात येणाऱ्या व्यक्तींच्या भावना ओळखून स्वतःच्या भावनांवर ताबा मिळवून व्यवहार करणारी व्यक्तिमत्त्वं भावनिकरीत्या बुद्धिमान समजली जातात. ही भावनिक बुद्धिमत्ता प्रयत्नपूर्वक वाढवली जाऊ शकते. भावनिक बुद्धिमत्ता असलेल्या पालकांची मुलं अनुकरणानं भावनिकरीत्या बुद्धिमान असलेली घडू शकतात.

मागील शतकात जास्त महत्त्व दिलेल्या बुद्धिमत्तेचा गुणांक १८ वर्षांनंतर स्थिर राहतो असं शास्त्र सांगतं. भावनिक बुद्धिमत्ता मात्र वाढती राहू शकते. आपलं मूल बुद्धिमान असावं, त्यानं यशस्वी व्हावं ही सगळ्याच पालकांची इच्छा असते. त्या दृष्टीनं पालकांचे प्रयत्नही सुरू असतात; पण बहुतांशी पालक मुलामुलींच्या परीक्षांमधील गुणांवर जास्त भर देतात. मुलांच्या प्रेमापोटी व त्यांच्या यशासाठी मुलांनी अभ्यास करावा, असं दडपण पुष्कळ मुलांवर आणलं जातं. परीक्षेत मिळालेल्या एकेका गुणासाठी मुलांना बोललं जातं, रागवलं जातं, शिक्षा केली जाते, प्रसंगी शाळेत शिक्षकांशी वादावादी केली जाते. यातून मुलांचा गुणवत्तेनुसार प्रगतीचा आलेख वर जाण्याऐवजी खाली जाऊ शकतो. मुलांना अभ्यासाबद्दल नावड, पालकांबद्दल दुरावा निर्माण होऊ शकतो आणि यातून भावनिक बुद्धिमत्तेचा गुणांकसुद्धा घसरू शकतो.

लहानपणापासून मुलांना संवादाची सवय असावी, पालकांसोबत आपले विचार, आपल्या इच्छा, आपल्या भावना व्यक्त करण्याची मोकळीक असली, तर मुलं पालकांशी जमवून घेण्याची शक्यता जास्त असते. बाहेरील व्यक्तीसोबतसुद्धा मुक्त संवाद साधण्याची, त्यांना समजून वागण्याची शक्यता वाढते. पालकांनीसुद्धा मुलांच्या भावना समजून घेण्याचा, त्यांना शब्दांमध्ये समजून सांगण्याचा प्रयत्न केला असला, तर मुलांचा भावनांशी परिचय व्हायला सोपं जाईल. जुन्या बुद्धिमत्तेच्या व्याख्येनुसार लोक व परिस्थितीशी जुळवून घेणं काय किंवा भावनिक बुद्धिमत्तेच्या व्याख्येनुसार स्वतःच्या व लोकांच्या भावना ओळखून भावनांवर ताबा ठेवून केलेले व्यवहार काय यात भोवतालचे लोक व परिस्थिती यांच्याशी जमवून घेणारा खरा बुद्धिमान ठरतो व यशश्री त्याच्या पायाशी लोळण घेते.

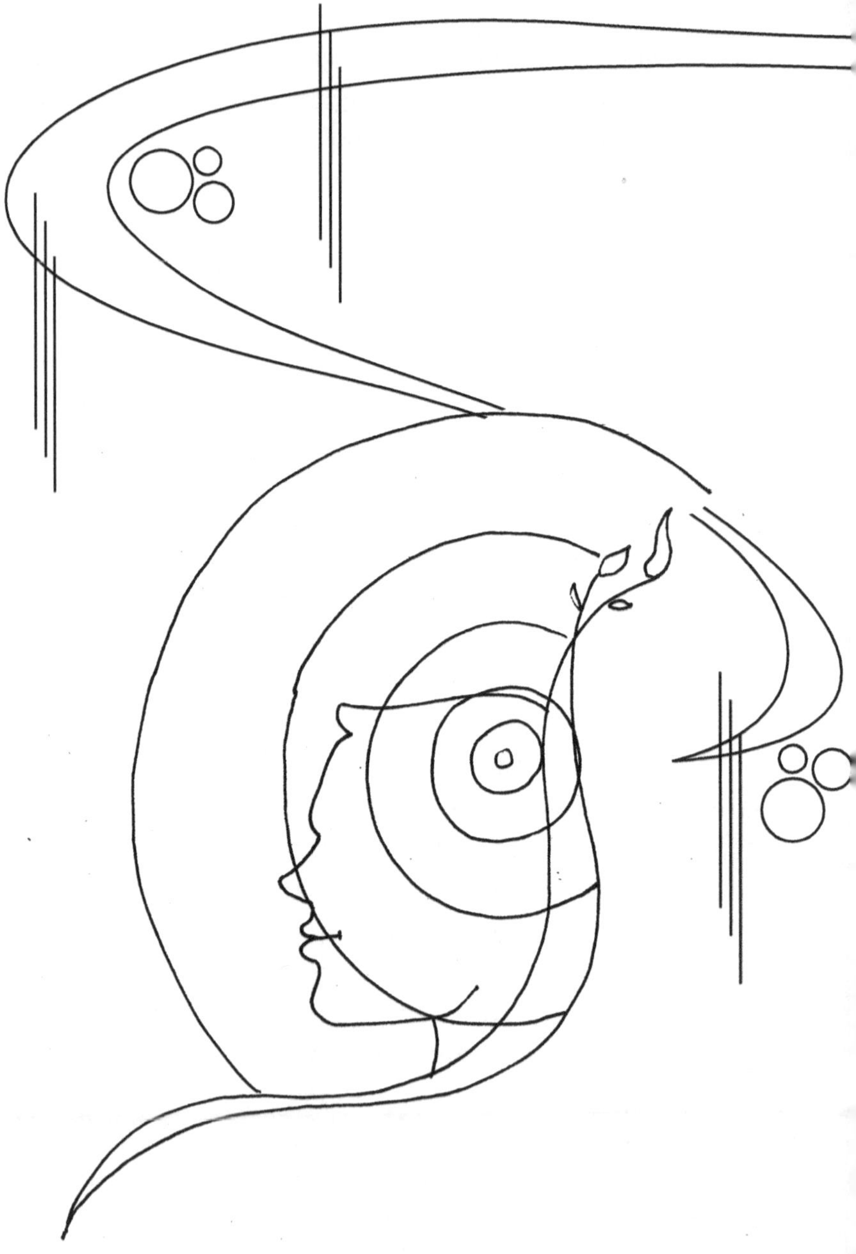

'अहम्' समर्थ असावा

प्रत्येक धर्मामध्ये आपल्या भावनांवर ताबा ठेवण्याची महती सांगितलेली आहे. सगळे विचारवंत भावनांना आवर घाला हेच सांगत असतात. अध्यात्म तेच सांगतं. मानसशास्त्रज्ञसुद्धा तेच सांगत असतात. प्रत्येक व्यक्ती आपल्या भावनांवर किती ताबा ठेवू शकते यावरून त्या व्यक्तिमत्त्वाची परिपक्वता, प्रगल्भता ठरवली जात असते.

प्रत्येकाच्या कपाळाच्या मागचा मेंदूचा भाग त्याचं व्यक्तिमत्त्व घडवत असतो. कुठलीही कृती करताना या भागातून जर कृती करण्याची आज्ञा गेली, तर ती कृती विचारपूर्वक केली असं म्हटलं जातं. या भागाचा व्यक्तिमत्त्व घडवण्याचा सहभाग, शास्त्रज्ञांच्या सहकार्यानं झालेल्या मानसशास्त्रज्ञांच्या अभ्यासातून काढलेल्या निष्कर्षातून निश्चित झालेला आहे. विसाव्या शतकामध्ये मिरगी किंवा एपिलेप्सीला औषधं लागू पडत नसत. तेव्हा शेवटचा उपाय म्हणून मेंदूचा दूषित भाग शस्त्रक्रियेनं काढला जात असे. कपाळामागच्या मेंदूचा भाग जर काढला गेला, तर त्या व्यक्तीच्या व्यक्तिमत्त्वात बदल घडत असे. त्यामुळे मेंदूचा हा विशिष्ट भाग व व्यक्तिमत्त्व यांचा परस्परसंबंध समजून घेण्यास मदत झाली.

जगात वावरताना त्या विशिष्ट कुटुंबाच्या, त्या विशिष्ट प्रदेशाच्या, देशाच्या चालीरीतीनुसार वर्तन करणं याला संस्कार असं म्हटलं जातं. हे संस्कार घडवत असताना मानवी मनाची नैसर्गिक प्रवृत्ती, इच्छा आकांक्षा, लालसा यांच्यावर प्रसंगी नियंत्रण ठेवण्याचं शिक्षण घ्यावं लागतं. नैसर्गिकरीत्या उत्पन्न होणाऱ्या भावनांना आवर घालायचं शिक्षण घ्यावं लागतं. ही दमनशक्ती मेंदूच्या या विशिष्ट भागाच्या माध्यमातून वापरली जात असते. मानवी मेंदूचे मुख्यतः तीन भाग

असतात. मोठा मेंदू दोन अर्धगोलामध्ये उजवा व डावा मेंदू असा विभाजित केलेला असतो. छोटा मेंदू डोक्याच्या मागच्या भागात मोठ्या मेंदूच्या तळाशी असतो. मध्य मेंदू दोन अर्धगोल व छोटा मेंदू यांना जोडलेला असतो. मोठ्या मेंदूच्या दोन्ही अर्धगोलांचा समोरचा भाग भावनांवर ताबा ठेवणारा, विचार करून निर्णय घेणारा असतो. सारासार विचार, सद्सद्विवेकबुद्धीचा वापर करून कुठलीही कृती करण्याचा निर्णय घेण्याचं काम मेंदूचा हा भाग करत असतो. या भागाला नवा मेंदू असं संबोधलं जातं. उत्क्रांतीमध्ये मानवाला या मेंदूची देणगी मिळालेली आहे.

मानवाला मिळालेली भाषेची देणगीही त्याच्या प्रगतीला कारणीभूत ठरलेली आहे. या भाषेचा वापर करून समोरच्या मेंदूचा वापर करण्याची प्रक्रिया घडत असते. भीती वाटली की धावत सुटणं, राग आला की हल्ला करणं ही भावना उद्दीपित झाल्यामुळे घडणारी नैसर्गिक प्रक्रिया आहे. प्राणिजगतामध्ये हे असंच घडत असतं. मानवामध्ये मात्र या भावना ताब्यात ठेवणं, भावनांचा उपयोग आवश्यक तेव्हा, आवश्यक तितका, आवश्यक तसा करणं हे आपल्यापैकी प्रत्येकाला शक्य असतं. ॲरिस्टॉटलनं खूप वर्षांपूर्वी सांगितलेलं होतं, की 'राग सर्वांनाच येतो. ते नैसर्गिक आहे. पण केव्हा रागवायचं, किती रागवायचं, कशासाठी रागवायचं, कशा शब्दात रागवायचं हे ज्याला जमतं तो खरा मानव.' जे रागाचं तेच इतर भावनांचंही असायला हवं. दुःख प्रत्येकालाच होतं. दुःख होणं नैसर्गिक आहे. पण ते किती प्रमाणात करायचं, कशा रीतीनं दाखवायचं, किती प्रमाणात दाखवायचं हे प्रत्येक व्यक्ती ठरवू शकते. प्रत्येक धर्मामध्ये आपल्या भावनांवर ताबा ठेवण्याची महती सांगितलेली आहे. सगळे विचारवंत हेच सांगत असतात. अध्यात्म तेच सांगतं. मानसशास्त्रज्ञसुद्धा तेच सांगत असतात. प्रत्येक व्यक्ती आपल्या भावनांवर किती ताबा ठेवू शकते यावरून त्या व्यक्तिमत्त्वाची परिपक्वता, प्रगल्भता ठरवली जात असते.

आपल्या भावनांवर ताबा ठेवणं लहानपणी मुलं आईवडिलांकडून शिकतात. बहुतांशी आईवडिलांचं अनुकरण करून शिकतात. वडील रागीट असतील तर मुलगा नक्की रागीट होईल, पण तो आनुवंशिकतेमुळे नाही, तर अनुकरणामुळे, हे शास्त्रीय सत्य आहे. आपल्या मनाविरुद्ध कुणी वागलं किंवा न आवडणारी घटना घडली तर रागवायचं असतं, हा आदर्श ज्या मुलासमोर ठेवला जाईल तो मुलगा तसाच वागायला शिकतो. मुलांच्या लहानपणी पालक ही दमनशक्ती वाढवण्यासाठी प्रयत्न करू शकतात. २॥ वर्षांपर्यंत मुलांना स्वत्वाची जाणीव नसते. त्यांचा अहम् २ ते २॥ वर्षांच्या सुमाराला जागृत होतो. त्या अहम्चा सुदृढ विकास काही अंशी पालकांच्या हाती असतो. अहम् सुदृढ असला तर निरोगी व्यक्तिमत्त्व घडतं व दमनशक्तीचा योग्य तऱ्हेनं वापर करणं मुलामुलींना शक्य होतं.

संकल्पसिद्धी

लहान मोठे संकल्प करून ते पूर्णत्वाला नेताना इच्छांना मुरड घालावी लागते, मोह टाळावे लागतात. यातून इच्छाशक्ती प्रबळ होते. अहम् मजबूत होतो. सद्सदविवेकबुद्धी वापरण्याची सवय लागते. परिपक्व व्यक्तिमत्त्व घडायला मदत होते.

प्रत्येक आईवडील आपल्या मुलांवर प्रेम करत असतात. त्यांचे लाड करत असतात. प्रसंगी संस्काराचा भाग म्हणून अयोग्य वागण्यासाठी शिक्षाही करतात. शिस्त लावताना मुलांना रागवलं जातं. संस्कार करण्यासाठी, शिस्त लावण्यासाठी शिक्षा करणं, रागावणं हे गैर नाही. मानसशास्त्रज्ञसुद्धा शिक्षा करूच नये असं म्हणत नाहीत. शिक्षेचं कारण व प्रमाण मात्र योग्य हवं.

शिक्षेचा प्रकार विचारपूर्वक ठरवला जावा. राग किंवा शिक्षा अयोग्य वर्तणुकीसाठी असावी, आईवडिलांना राग आला म्हणून नसावी. या रागामध्ये जर आईवडिलांचा भावनातिरेक ओतला गेला, रागावून बोलताना मूळ मुद्दा सोडून अद्वातद्वा बोललं गेलं, तर असा राग व अशी शिक्षा अयोग्य असते.

मुळात अयोग्य वागलं जातं ते कशामुळे? मानवाला ज्ञानेंद्रियं दिलेली आहेत ती ज्ञान मिळवण्यासाठी. या ज्ञानेंद्रियांचा उपयोग मानव आपल्या आनंदासाठीही करत असतो. या ज्ञानेंद्रियांना सुखावणाऱ्या गोष्टींना गीतेमध्ये 'विषय' म्हणून संबोधलेलं आहे. निव्वळ आनंद मिळवण्यासाठी ज्ञानेंद्रियांचा उपयोग करणं याला 'विषय वासना' असं संबोधलेलं आहे. ज्ञानेंद्रियांचा वापर संयत असावा. मानवी जीव जन्माला येतो तो काही गरजा घेऊन. गरज अपूर्ण राहिली की दुःख होतं. गरज पूर्ण झाली की सुख मिळतं, आनंद होतो. भूक लागली

याचा अर्थ शरीराला अन्नाची गरज उत्पन्न झाली. भूक लागली की मूल दुःखी होतं, रडतं. दूध मिळालं, गरजपूर्ती झाली की आनंदी होतं. वय वाढतं तशा गरजा संख्येमध्ये वाढतात आणि वैविध्यामध्येसुद्धा. लहान असताना दुधाच्या माध्यमातून तहान व भूक या दोन्ही गरजा एकत्र असतात. वय मोठं झालं की या गरजा वेगळ्या होतात. तहान लागली की पाणी, भूक लागली की अन्न, अशा गरजा बदलत जातात. पुढे अन्नामध्येही 'हे हवं, हे नको' अशा आवडीनिवडी बदलतात आणि गरजांचं स्वरूप बदलतं. आर्थिकदृष्ट्या सुबत्ता असलेल्या घरात अशाही गरजा पूर्ण केल्या जातात. गरिबाघरच्या मुलांना पाहिजे ते अन्न तर सोडाच; पण भूक जाईल इतपत अन्नही कधी कधी मिळत नाही. त्यांना भूक सोसायची सवय होते. म्हणजेच गरज थोपवून धरण्याची सवय होते. ही गरज थोपवून धरण्याची सवय अहम् मजबूत करण्यासाठीचा एक प्रकारचा व्यायामच आहे. यातून इच्छाशक्ती प्रबळ होण्याचं प्रशिक्षण मिळतं. वासनेवर स्वामित्व मिळवण्याचं शिक्षण अनायसे मिळतं.

सुबत्ता असलेल्या घरीसुद्धा शिस्तीच्या नावाखाली असं प्रशिक्षण मिळत असतं. 'हात, पाय धुऊन जेवायला बस' किंवा 'आज जे केलेलं आहे ते खा, तुझ्या आवडीचा पदार्थ उद्या करीन' असं सांगून हे प्रशिक्षण दिलं जाऊ शकतं. खेळायला जाण्याचा हट्ट, टीव्ही बघण्याचा हट्ट, एखादी विशिष्ट वस्तू हवी म्हणून केलेला हट्ट हे लगेच पूर्ण व्हायची सवय लागली की स्वतःची गरज पुढे ढकलायची सवय लागत नाही. त्यांचा भावनांवर ताबा राहात नाही, वासनांना आवर घालणं जमत नाही. अशी लाडोबा मुलं पुढे आत्मकेंद्रित, स्वार्थी होण्याची शक्यता तर असतेच, शिवाय त्यांचा अहम् दुर्बल होण्याची शक्यता वाढते. वासनेच्या व भूक नसताना

जिभेचे चोचले म्हणून खाणं, चोरी करणं, बलात्कार या घटना अहम् दुर्बल असल्याचं द्योतक समजावं. भावनेच्या आहारी जाऊन अयोग्य कृती करण्याची शक्यता वाढते.

या लाडोबा झालेल्या मुलांनासुद्धा आपला अहम् मजबूत करण्यासाठी पौगंडावस्थेचा काळ असतो. स्वतः विचार करून आपल्या इच्छांना मुरड घालण्याची, गरज पुढे ढकलण्याची सवय केली जाऊ शकते. निग्रह करून तो पूर्ण करण्याची सवय केली जाऊ शकते. आवडणारा पदार्थ समोर येऊनसुद्धा नाकारणं, टीव्हीवरचा आवडता कार्यक्रम किंवा सिनेमा निग्रह करून टाळणं असे लहान लहान प्रयोग करून मोहावर मात करण्याचे प्रयत्न होऊ शकतात. सकाळी ठरावीक वेळी उठण्याचा संकल्प, ठरावीक वेळी अभ्यास करण्याचा संकल्प, व्यायाम करण्याचा संकल्प, वजन कमी करण्याचा संकल्प असे लहान मोठे संकल्प करून ते पूर्णत्वाला नेताना इच्छांना मुरड घालावी लागते, मोह टाळावे लागतात. यातून इच्छाशक्ती प्रबळ होते. अहम् मजबूत होतो. स्वतःच्या भावनांवर ताबा ठेवणं शक्य होतं. वागणं विवेकपूर्ण होऊ शकतं. सारासार बुद्धीचा वापर केला जातो. सद्सद्विवेकबुद्धी वापरण्याची सवय लागते. परिपक्व व्यक्तिमत्त्व घडायला मदत होते. पौगंडावस्थेमध्ये विचार करण्याची क्षमता येत असते. या क्षमतेचा उपयोग करून विचारपूर्वक वागण्याचं शिक्षण स्वतःला देण्याचा प्रयत्न होऊ शकतो. भावनेच्या भरात कृती घडू नये, परिस्थितीमुळे वाहवत जाऊन, मित्रांच्या नादानं मोहाला बळी पडू नये यासाठी विचार करण्याच्या क्षमतेचा उपयोग होऊ शकतो. आपल्याला आवडलेल्या व्यक्तीच्या योग्य वर्तणुकीचा आदर्श डोळ्यांपुढे ठेवून तसं वर्तन स्वतःकडून घडवून घेण्याचे प्रयत्न होऊ शकतात. यात आयुष्यात मिळणाऱ्या यशाची बीजं रोवली जातात.

एका मानसशास्त्रज्ञानं आपलं व्यक्तिमत्त्व योग्य रीतीनं घडवण्यासाठी आपला अहम् समर्थ करण्यासाठी काही सोपे व्यायाम सांगितले आहेत. त्याचा विचार करून तो प्रयोग केला जाऊ शकतो.

१. रोज संकल्प करून स्वतःला आवडणारं एक काम करायचं व स्वतःला न आवडणारं एक काम करायचं.

२. रोज स्वतःच्या परिचयाच्या व्यक्तीशी संवाद साधायचा व अपरिचित असलेल्या व्यक्तीशी संवाद साधायचा.

३. स्वतःच्या कुटुंबातील व्यक्तीला कामात मदत करायची व अपरिचित व्यक्तीला मदत करायची.

४. रोज एका असहाय, अपंग, वृद्ध व्यक्तीला मदत करायची.

५. रोज एका रडणाऱ्या व्यक्तीला मदत करायची.

तसं तर कुठलाही संकल्प करणं व तो पूर्णत्वास नेणं यात तुमच्या इच्छाशक्तीची परीक्षा असते व अशा लहान लहान संकल्पपूर्तींमधून व्यक्तिमत्त्व घडायला मदत होत असते.

परीक्षेचा अभ्यास कसा करावा?

मार्च-एप्रिल हे महिने म्हणजे परीक्षेचे दिवस. दहावी आणि बारावीच्या मुलांच्या परीक्षा तर मुलांचा व पालकांचा ताण वाढवत असतात. अशा वेळी विद्यार्थ्यांनी कसा अभ्यास करावा? मानसिक आणि शारीरिक स्वास्थ्य कसं जपावं? याविषयी.....

दहावी-बारावीच्या परीक्षेला सामोरं जाताना अनेक मानसिक स्थित्यंतरं घडत असतात. 'परीक्षेसाठी मला संपूर्ण तयारी करायची आहे', 'माझ्यापासून यश कोणीही हिरावून घेऊ शकणार नाही', 'मी मेहनत करेन, मनापासून अभ्यास करेन म्हणजे यश हमखास मिळेल' असे सकारात्मक विचार करणारी मुलंमुली या सकारात्मक विचारांच्या आधारावर कार्यान्वित होतात व यशस्वी होतात. परीक्षा जवळ आली की अशी सकारात्मक भाषा वापरून मुलं स्वतःला कार्यान्वित करू शकतात. पुढे दिलेली सकारात्मक व नकारात्मक वाक्यं तुम्ही काळजीपूर्वक वाचलीत तर त्या वाक्यांचा मथितार्थ एकच आहे असं लक्षात येईल. पण सकारात्मक वाक्यं तुम्हाला ऊर्मी देतील आणि नकारात्मक वाक्यं हतबल करतील.

नकारात्मक : माझा अभ्यासच झाला नाही. माझं कसं होईल?

सकारात्मक : मला नेटानं अभ्यास करायला हवा आहे.

नकारात्मक : परीक्षा जवळ आली आणि माझी अजून तयारी नाही. मी नक्की नापास होईन.

सकारात्मक : वेळ थोडा आहे. मेहनत करून मागे पडलेला अभ्यास भरून काढावा लागेल.

परीक्षेचा ताण येणारी मुलं प्रामाणिक असतात. त्यातील खरं तर बरीचशी मुलं नियमित

अभ्यास करत असतात. अगदीच अभ्यास केला नाही अशांची संख्या कमी असते; पण तरीही परीक्षांमध्ये अपयश ज्यांना मिळतं त्यांचा अभ्यास झालेला असतो; पण नकारात्मक विचारांमुळे निर्माण होणारा मानसिक ताण त्यासाठी कारणीभूत असतो.

परीक्षा जवळ येते तसा अभ्यासासाठी रोजचं वेळापत्रक आखलं जावं. त्यासोबत मधूनमधून अभ्यासाव्यतिरिक्त आवडणाऱ्या इतर गोष्टींसाठी राखीव वेळ असावा. त्यामुळे मानसिक ताण कमी व्हायला मदत होईल. रोजचं वेळापत्रक जर सांभाळलं गेलं तर रात्री झोपताना मानसिक शांतता मिळू शकेल. परीक्षेच्या काही दिवस आधी वाचून अभ्यास करण्याऐवजी लिहून केला जावा. जुन्या परीक्षांचे प्रश्नसंच मिळवून त्यातील प्रश्न एका जागी बसून वेळ मोजून लिहिण्याची सवय करावी. एखाद्या प्रश्नाचं उत्तर माहिती नसेल तर तेवढा भाग पुस्तकातून वाचून मग लिहावा. उत्तर लिहिल्यानंतर ते स्वतः वाचून पाहावं. शक्य असेल तर त्या विषयाच्या शिक्षकाकडून तपासून मूल्यमापन करून घ्यावं किंवा ती परीक्षा पास झालेल्या एखाद्या विद्यार्थ्याकडून मूल्यमापन करवून घ्यावं. कुणीच मिळालं नाही तर दुसऱ्या परीक्षार्थीला वाचायला देऊन त्याचं मत घ्यावं. दोन-तीन मित्र जर अशा तऱ्हेने प्रश्नांची उत्तरं लिहून वाचायला देऊ लागली तर परस्पर सहकार्यातून कमी वेळात जास्त अभ्यास पदरी पडेल. लिहिलेल्या उत्तराच्या महत्त्वाच्या मुद्द्याखाली लाल शाईं रेघा माराव्यात म्हणजे पुढे उजळणी करणं सोपं जाईल. परीक्षेच्या आदल्या दिवशी नजरेखालून घालण्यासाठी याचा उपयोग होईल.

सकाळी उठलंच पाहिजे असं नाही, पण सकाळी मेंदू ताजातवाना असतो. शांतता असल्यामुळे चित्त एकाग्र करणं सोपं जातं. त्या वेळी इतर कुणी येऊन तंद्री भंग करण्याची शक्यता नसते. परीक्षेच्या आदल्या दिवशी शक्य झालं तर परीक्षेच्या केंद्रावर जाऊन आपली जागा असलेली खोली व जागा पाहून ठेवावी. स्वतःची शाळा सोडून इतरत्र केंद्र असल्यास घरापासून केंद्रापर्यंत जाताना लागणारा वेळ कळेल व त्यानुसार परीक्षेच्या दिवशी घरून निघता येईल.

परीक्षेच्या आदल्या दिवशी पुरेशी झोप घेतली जावी. शक्यतो रात्रीचं जेवण लवकर घेतलं जावं. तळकट, तेलकट, पचायला जड असलेले पदार्थ टाळले जावेत. ज्यांना शक्य असेल त्यांनी बाजारचं थंड अन्न खाऊ नये. बर्फाचे पदार्थ खाऊ नयेत. पिण्याचं पाणी दूषित नसेल याची खबरदारी घ्यावी.

आदल्या दिवशी अभ्यासाबद्दल मित्रमैत्रिणींसोबत चर्चा करू नये. आधी लिहिलेली प्रश्नांची उत्तरे वाचायला हरकत नाही. महत्त्वाच्या मुद्द्यांखाली लाल शाईच्या रेघा असल्या तर कमी वेळात उजळणी करणं शक्य होईल. परीक्षेच्या दिवशी घरून निघताना खूप जेवण करू नये व अजिबात उपाशीही राहू नये. खिचडी किंवा दहीभात असं पचायला हलकं जेवण घेतलं

जावं. तिखट, तळकट पदार्थ टाळावेत. धावपळ करत केंद्रावर न जाता परीक्षेच्या केंद्रावर पंधरा मिनिटं आधी पोचता येईल असं वेळेचं नियोजन केलं जावं. त्यानुसार घरून निघावं. निघण्याच्या आधी घरच्या देवाला, वडीलधाऱ्या मंडळींना नमस्कार करून निघालं तर तो मानसिक आधार तुमची ऊर्मी वाढवेल. परीक्षेच्या केंद्रावर खूप आधी जाऊ नये. केंद्रावर वाचायचा प्रयत्न केला जाऊ नये. मित्रमैत्रिणींसोबत काय वाचलं, काय वाचायचं राहिलं, अशी चर्चा करू नये. केंद्रावर आपल्या जागी वेळेवर जाऊन बसलं तर मन स्वस्थ करायला सोपं जाईल. उत्तरपत्रिकेचं वाटप होईपर्यंत सकारात्मक विचार केले जावेत. ही परीक्षा आपल्यातील क्षमता जाणून घेण्यासाठी आहे, हे स्वतःला सांगावं. जास्तीत जास्त उत्तम रीतीने मी पेपर लिहिणार आहे, असं स्वतः ला सांगावं.

उत्तरपत्रिका मिळाल्यावर शांतपणानं त्यावर आपला नंबर व इतर माहिती भरली जावी. नियमाप्रमाणे आवश्यक असेल तर समास सोडावा. हे करत असलं की नकारात्मक विचार दूर ठेवायला मदत होईल. प्रश्नपत्रिका हाती आल्यावर पालथी ठेवावी. लगेच ती न वाचता थोडा वेळ जाऊ द्यावा. पेनमध्ये शाई आहे का, पेन्सिलीला टोक आहे का, हे बघावं. इतर मुलांच्या चेहऱ्यावरच्या प्रतिक्रिया बघाव्यात व नंतर स्वस्थ मनानं प्रश्नपत्रिका नीट वाचावी. त्यावरच्या सूचना काळजीपूर्वक वाचाव्या. सगळे प्रश्न वाचल्यावर ज्याचं उत्तर नीट येतं, असा प्रश्न पहिल्यांदा लिहायला घ्यावा. उत्तर लिहून झाल्यावर उरलेले प्रश्न व उरलेला वेळ यांचा हिशेब करून शेवटची दहा मिनिटं तपासण्यासाठी मोकळी ठेवून प्रत्येक प्रश्नाच्या उत्तरासाठी वेळेचं नियोजन केलं जावं. एकही प्रश्न अनुत्तरित ठेवू नये. एक प्रश्न संपूर्ण अनुत्तरित ठेवण्यापेक्षा दोन अर्धवट उत्तरांना मिळणारे गुण निश्चित जास्त असतील.

परीक्षा केंद्रातून बाहेर आल्यावर लिहिलेल्या उत्तरांबद्दल चर्चा केली जाऊ नये. काय सुटलं, काय चुकलं, असंही परस्परांना विचारू नये. एकदा पेपर लिहिला की आपलं भविष्य बंदिस्त केलेलं आहे, याची जाणीव ठेवून मनाची पाटी पुसून टाकायचा प्रयत्न केला जावा.

संपूर्ण परीक्षा संपल्यानंतरही उत्तीर्ण होईन की अनुत्तीर्ण, असे विचार न करता 'कुठलीच परीक्षा शेवटची नसते', 'परीक्षा आपल्यातील क्षमता पडताळण्यासाठी असते', 'आजकाल परीक्षेतील गुणांपेक्षा तुमच्या व्यक्तिमत्त्वावर व क्षमतांवर तुमचं भविष्य ठरतं,' अशा तऱ्हेनं विचार केला जावा. वह्या-पुस्तकं गुंडाळून ठेवावी. 'निकाल लागेपर्यंत लागणारा वेळ सत्कारणी कसा लावता येईल', 'काही नवं शिकता येईल का,' अशा विचारांना प्राधान्य देऊन घरातील इतर व्यक्तींसोबत प्रसन्नपणे मोकळा वेळ दिला जावा. तुमच्या परीक्षेच्या काळात घरच्या मंडळींनाही काही अंशी मानसिक ताणाला सामोरं जावं लागलं असेल. त्यांना आश्वस्त करण्याचा प्रयत्न केला जावा. आईवडिलांना मदत करण्याचा प्रयत्न केला जावा.

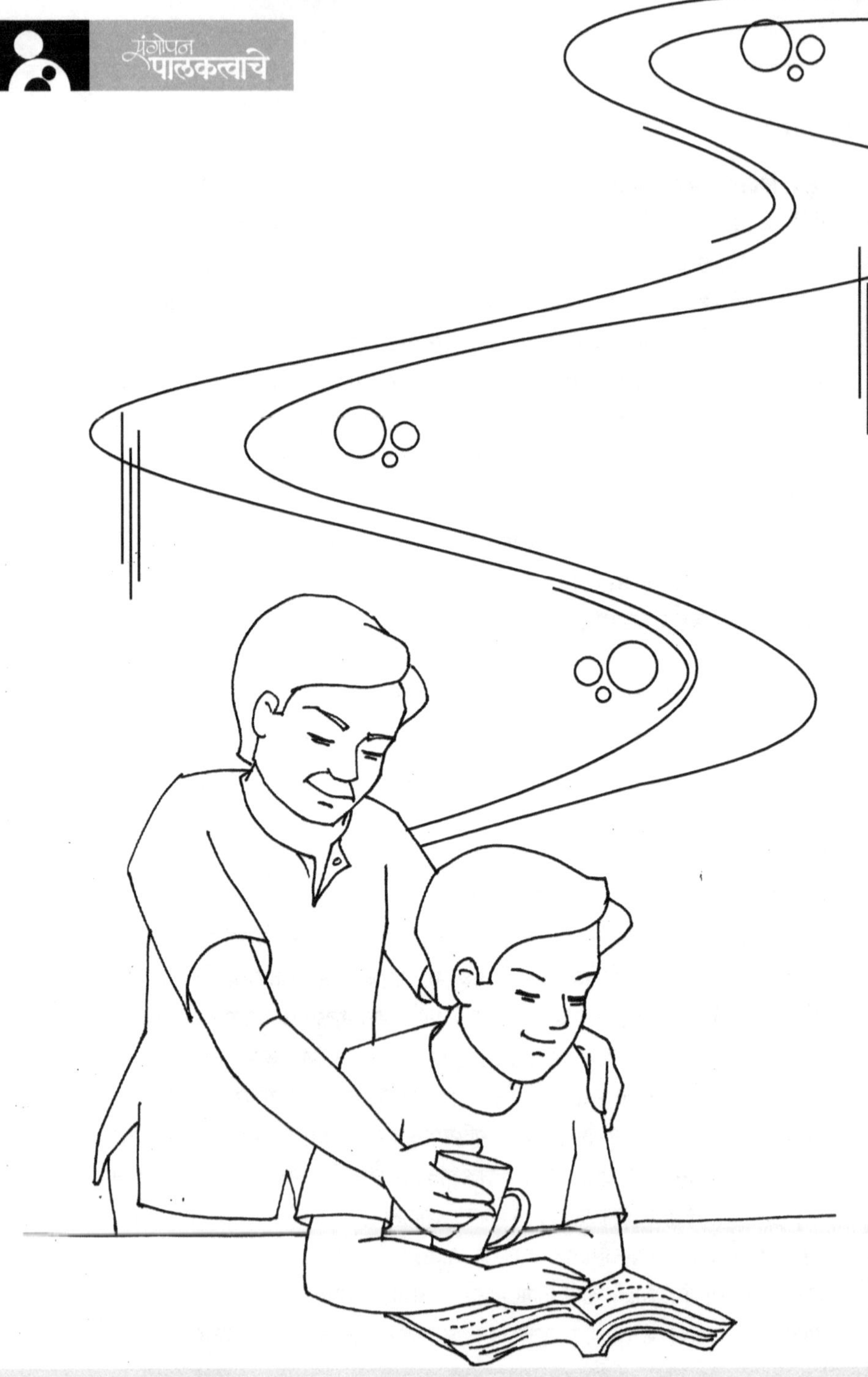

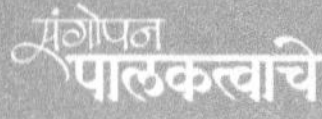

मुलांची परीक्षा...
पालकांनी काय करावं?

मुलांच्या परीक्षा सुरू झाल्या की मुलांबरोबरच आईवडिलांवरदेखील त्याचा ताण येऊ लागतो. या वेळी पालक मुलांशी कसं वागतात, त्यांचा ताण कसा दूर करतात, त्यांचं स्वतःचं वागणं सकारात्मक आहे की नकारात्मक, यावर मुलांचं बरंचसं यश-अपयश अवलंबून असतं. मुलांना 'यशस्वी भव' असा आशीर्वाद देण्यापूर्वी पालकांनी स्वतः कसं वागावं, याविषयी...

कुसुमाग्रजांच्या 'कणा' या कवितेत सांगितल्याप्रमाणे मुलांना पालकांनी 'पाठीवरती हात ठेवून नुसतं 'लढ' म्हणायला हवं असतं.' यामुळे त्यांचा आत्मविश्वास वाढत असतो, न्यूनगंड कमी होत असतो, अपयशाची भीती जायला मदत होत असते.

दहावी आणि बारावीला मुलं असताना त्यांच्या भविष्याचा प्रश्न पालकांना भेडसावत असतो. 'नापास झाला तर?', 'गुण कमी मिळाले तर?' असे प्रश्न पालकांच्या मनात येणं साहजिक असेलही, पण ती भीती मुलांपर्यंत पोचणार नाही, याची काळजी पालकांनी घ्यायला हवी.

'तुझ्या आयुष्याचा प्रश्न आहे. अभ्यास केला नाहीस तर पुढे पस्तावशील,' अशी धमकावणारी, भीती घालणारी भाषा वापरली जाऊ नये.

प्रत्यक्षातसुद्धा या परीक्षा मुलांमधील क्षमता जाणून घेण्यासाठी असतात, हे पालकांनी लक्षात ठेवायला हवं. खूप मार्क मिळाले तर पुढलं भविष्य खूप उज्ज्वल राहील, असा काळ आता राहिला नाही. पुढेसुद्धा स्पर्धा परीक्षा असतात. परीक्षेमध्ये मिळणाऱ्या गुणानुसार व्यवसायाची निवड केली गेली तर पुढे पस्तावण्याचा प्रश्न आजकाल राहिला नाही. मधल्या काही काळात गुणांवरून पुढे डॉक्टर, इंजिनिअर असे उच्च समजल्या जाणाऱ्या अभ्यासक्रमासाठी प्रवेश मिळत असे. आता त्यासाठी वेगळ्या स्पर्धा परीक्षा सुरू झाल्या आहेत. डॉक्टर व इंजिनिअर हे व्यवसाय आता सर्वोत्तम समजले जात नाहीत. संगणक क्षेत्र, मानवी संसाधन, व्यवस्थापन अशा नवनव्या करिअरचा बोलबाला जास्त आहे. साधा कला-विषयाचा स्नातक पुढे परीक्षा देऊन व प्रशिक्षण घेऊन या क्षेत्रात जाऊ शकतात. IAS, IPS होऊ शकतात; म्हणूनच पालकांनी दहावी व बारावीला परीक्षेसाठी जाणाऱ्या मुलांना गुणांची किंवा अपयशाची भीती घालून भेडसावू नये. दडपणाखाली परीक्षेला जाणारी मुलं जे येतं ते विसरण्याची शक्यता जास्त राहील.

परीक्षेत पास किंवा नापास होणं, कमी किंवा जास्त गुण मिळवणं, यापेक्षा पालकांनी मुलगा किंवा मुलगी सकारात्मक विचारानं, कुठल्याही दडपणाशिवाय, अपयशाचा विचार मनात न आणता परीक्षेला सामोरा कसा जाईल किंवा कशी जाईल, हा विचार करायला हवा. दहावी किंवा बारावीची परीक्षा ही त्याच्या आयुष्यातली शेवटची परीक्षा नाही, याची पालकांनी जाणीव ठेवायला हवी. पालकांनी पाल्यावर दाखवलेला विश्वास व सकारात्मक दृष्टिकोन पाल्याचा आत्मविश्वास वाढवत असतो.

परीक्षेला दोन-तीन आठवडे राहिले असताना २४ तास अभ्यास केला तरी आधीच्या त्रुटीची भरपाई होणार नाही, याचीही पालकांनी जाणीव ठेवावी. जो अभ्यास झालेला आहे त्या तयारीवर आत्मविश्वासानं परीक्षेला बसलं तर उत्तीर्ण होण्याची शक्यता जास्त राहील. तसाही २४ तास अभ्यास करणं अशक्य असतं. जागेपणीसुद्धा अभ्यासात नीट लक्ष लागण्यासाठी अविरत अभ्यास न करता मधूनमधून विश्रांती घेणं आवश्यक असतं. या विश्रांतीमुळे वाचलेलं लक्षात राहायला मदत होत असते. ही विश्रांती म्हणजे झोप असू शकते, गप्पा मारणं असू शकतं, खेळणं असू शकतं, गाणं ऐकणं, टीव्ही बघणंही असू शकतं. कधी पाय मोकळे करायला फिरायला जाणं, क्वचित चांगला सिनेमा पाहणंही होऊ शकतं. महात्मा गांधी म्हणायचे, 'कामात बदल म्हणजे विश्रांती.' त्यानुसार अभ्यासाव्यतिरिक्त इतर कुठलीही कामं विश्रांती ठरू शकतात. अर्थातच अभ्यासाचा अतिरेक नको आणि विश्रांतीचाही.

मुलांचा अभ्यास घेण्याचा पालकांचा अट्टाहास नसावा. शिकवण्याची हातोटी नसलेल्या पालकांनी हा प्रयोग तर अजिबात करू नये. पाल्य अभ्यास करत असेल तेव्हा जवळ आपलं स्वतःच काम घेऊन किंवा वाचत बसून सोबत करायला हरकत नाही. 'झोप आली तर सांग',

'चहा हवा असला तर सांग', 'मी जवळच आहे' इतपत सोबत करायला हरकत नाही. आपलं काम करत बाजूला बसूनही सोबत करता येईल.

'तू प्रामाणिक प्रयत्न करशील याबद्दल आम्हाला खात्री आहे', 'तुला तुझ्या जबाबदारीची जाणीव आहे,' अशा तऱ्हेचे विश्वासदर्शक संवाद मुलांशी घडल्यास त्यांचा आत्मविश्वास वाढवायला मदत करतील. अर्थात खोटी स्तुती केली जाऊ नये, मात्र सकारात्मक वर्तणुकीसाठी आवर्जून नावाजलं जावं.

मुलांशी संवाद साधताना पालकांनी केवळ परीक्षा व अभ्यास या विषयावर बोलू नये. अवांतर विषयावर गप्पा झाल्या तर मानसिक ताण कमी होईल.

परीक्षा जवळ आली की पोत्यात धान्य भरतात तसं मेंदूत ज्ञान भरता येत नाही, याची जाण पालकांनी ठेवावी. वर्षभर केलेल्या अभ्यासातूनच उत्तरपत्रिका लिहिल्या जाणार असतात. उत्तरपत्रिका लिहिताना मन स्वस्थ असेल, अपयशाची भीती नसेल तर उपलब्ध ज्ञानाच्या भरवशावर मुलं उत्तरपत्रिका लिहितील.

अशी पाखरे येती...

इतरांना मदत करणं व इतरांची मदत संकोच न करता घेणं या दोन्हीही गोष्टी महत्त्वाच्या आहेत. जगात पुढे जाण्यासाठी या दोन्हींचा उपयोग होत असतो व मानसिक शांतीची अनुभूती येत असते. याची जाणीव व महत्त्व मुलांना प्रयत्नपूर्वक शिकवायला हवं.

पाखरं काडी काडी जमवून घरटं बांधतात. पाळीपाळीनं अंडी उबवतात. अंडी उबवताना मोकळा जोडीदार अंडी उबवणाऱ्या जोडीदाराला चारा बसल्या जागी आणून देतो. पिलं जन्माला आल्यानंतर दिवसभरात डझनावारी फेऱ्या मारून ऊनवाऱ्याची पर्वा न करता पिलांना घास भरवत असतात. पिलांना पंख फुटल्यावर त्यांना उडायला शिकवतात, चारा मिळवायला शिकवतात. पंखात बळ आलं की पिलं घरटं सोडून उडून जातात. पाखरं त्यांच्या परतीची वाट पाहात नसतात. पाखरं प्रेम-वात्सल्य देताना भरभरून देतात आणि परतीची आशा ठेवत नाहीत. गीतेमध्ये सांगितलेलं हे निष्काम कर्म! वर्षभरात पुन्हा नवं घरटं! नवी पिलं!! मानवी पिलांना आईवडिलांचा सहवास जास्त काळ मिळतो. मानवी मूल बराच काळ परावलंबी असतं. त्याला पालकांची, जोपासनेची, संगोपनाची बरीच वर्षं गरज असते. जन्म झाल्यापासून अठराव्या वर्षापर्यंत ही संगोपनाची प्रक्रिया सुरू असते. पौगंडावस्था अठराव्या वर्षी संपुष्टात येते. त्यानंतर विचारानं, कृतीनं मूल स्वतंत्र झालेलं असावं. त्याचं व्यक्तिमत्त्व स्वतंत्ररीत्या यशस्वी जीवन जगता येईल, असं सुदृढ असावं, ही प्रत्येक पालकाची अपेक्षा असते व असायला हवी.

मुलांना शिक्षण देताना, त्यांचं व्यक्तिमत्त्व घडवताना ती पुढं आपल्यासोबत राहणार नाहीत, हे गृहीत धरूनच मुलांचं संगोपन करण्याचा काळ आलेला आहे. पालकांनी मुलांना वाढवायचं, समर्थ बनवायचं व जगात मुक्त संचार करायला सोडून द्यायचं, ही मानसिकता रुजवण्याचा काळ सुरू झालेला आहे.

पौगंडावस्थेतील मुलं असलेल्या पालकांनी काही अवधानं पाळावीत, असं मानसोपचारतज्ज्ञांचा सल्ला असतो.

१. मुलांचं स्वतःचं वेगळेपण जपलं गेलं पाहिजे. स्वतंत्र व्यक्तिमत्त्व म्हणून पुढे यायला मुलांना प्रोत्साहित करायला हवं.

२. मुलांचं मानसिक स्वास्थ्य व त्यांना असणारी सुरक्षिततेची भावना जपली गेली पाहिजे. आपल्या कठीण काळात कुणीतरी आपल्या पाठीशी आहे, असं आंतरिक मानसिक बळ मुलांना द्यायला हवं.

३. मध्ये मध्ये करून चुका काढून तेजोभंग झाल्यानं मुलं आत्मविश्वास गमावून बसतात. त्यांच्यावर बारीक लक्ष ठेवून त्यांनी जे यशस्वीरीत्या मिळवलं त्याची स्तुती करून प्रोत्साहित करायला हवं. अपयश आलं तर त्याच्या पाठीशी तुम्ही आहात, ही खात्री वाटली तर पुन्हा प्रयत्न करण्याचा उत्साह वाढेल. ती भावना मुलांपर्यंत पोचायला हवी.

४. नव्याचा शोध घेण्याची वृत्ती, कुतूहल, चिकित्सक वृत्ती यातून प्रगती साधत असते. मुलांमधील ही वृत्ती जोपासली गेली पाहिजे.

५. नव्या कला शिकणं, सर्जनशीलता वाढवणं यातून व्यक्तिमत्त्व विकसित होत असतं. यासाठी मुलांना प्रोत्साहित करायला हवं.

६. प्रश्नांची उत्तर स्वतः शोधणं, अडचणीतून मार्ग काढणं यातून आत्मविश्वास वाढत असतो. नको तिथे मदत देऊ न करता मुलांना स्वप्रयत्नांनी गोष्टी मिळवण्यासाठी उद्दीपित केलं जावं.

७. मुलं शाळेत शिकतात ते आतपर्यंत पोचतं आहे, याची वेळोवेळी खात्री करायला हवी. यासाठी मुलांच्या शिक्षकांशी, समवयस्कांशी संपर्क व संवाद हवा.

८. प्रामाणिकपणा व सचोटी, मेहनत, सकारात्मक दृष्टिकोन, आत्मविश्वास हे यशस्वी व्यक्तिमत्त्वाचे चार खांब आहेत. मुलांमध्ये हे गुण कसे पेरता येतील यासाठी प्रयत्न हवेत.

९. मुलांची भाषा कशी समृद्ध होईल व संवादक्षमता कशी वाढवता येईल, यासाठी प्रयत्न

करायला हवेत.

१०. हाती घेतलेलं काम जबाबदारीनं पूर्ण करणं याला जगात फार महत्त्व आहे. मुलांमध्ये ही वृत्ती जोपासली जाण्यासाठी प्रयत्न हवेत.

११. स्पर्धेच्या युगात अपयशानं खचून न जाता पुढे कसं जायचं व यशानं वाहवत न जाता डोकं शाबूत कसं ठेवायचं या दोन्ही गोष्टी मुलांना शिकवायला हव्यात.

१२. मानसिक ताणाचं नियोजन यशस्वी रीतीनं करून त्या ताणाचा विधायक उपयोग करून प्रगती कशी करता येईल हे मुलांना शिकवायला हवं.

१३. मुलांमध्ये विनोदबुद्धी कशी जागृत ठेवता येईल व इतरांना न हसता इतरांसोबत हसण्याची कला मुलांना शिकवायला हवी. पुष्कळ मुलं पालकांचं अनुकरण करून हे शिकतात.

१४. मुलांच्या मित्रांशी पालकांची मैत्री असावी. त्यांचं घरी स्वागत असावं, त्यांचा मान राखला जावा. त्यांच्या पालकांशी सलोख्याचे संबंध असावेत. यातून मुलं 'इतरांना मान दिला की आपला मान राखला जातो' हा धडा पौगंडावस्थेतील मुलं शिकतील. त्यामुळे आत्मविश्वास वाढायला मदत होते.

१५. सहानुभूती, दया, माणुसकी, सहिष्णुता हे शब्द, त्यांचे अर्थ, त्यांची मुलांना जाणीव करून बोलण्यात व कृतीत त्याचा उपयोग करण्याची वृत्ती मुलांना शिकवण्याची गरज आहे. पालक आपल्या वागणुकीतून ते शिकवू शकतात.

१६. आपलं कुटुंब, मित्रमंडळ अबाधित राखण्यासाठी परस्परांचा मान राखणं, परस्परांना मदत करणं, त्यांच्या विचारांना व मतांना महत्त्व देणं प्रसंगी चूप राहून किंवा क्षमा मागून मतभिन्नता झाली असताना सलोखा करणं याचं महत्त्व मुलांना माहिती करून दिलं तर पुढे सुरक्षिततेची भावना वृद्धिंगत होण्यासाठी अशा कुटुंबसंस्थेची मदत मिळते, याचीही जाणीव मुलांना करून दिली जावी. इतरांना मदत करणं व इतरांची मदत संकोच न करता घेणं या दोन्हीही गोष्टी महत्त्वाच्या आहेत. जगात पुढे जाण्यासाठी या दोन्हींचा उपयोग होत असतो व मानसिक शांतीची अनुभूती येत असते. याची जाणीव व महत्त्व मुलांना प्रयत्नपूर्वक शिकवायला हवं. पालकांचे नातेवाइकांशी असलेले संबंध सलोख्याचे असतील, त्यांचं मित्रमंडळ मोठं असेल तर मुलं अनुकरणानं शिकतील.

चंद्राच्या सोळा कला परिपूर्ण झाल्या की पौर्णिमेच्या रात्री तो आपल्या संथ, आनंददायी प्रकाशानं रात्र उजळून काढतो, तशा मुलामुलींमध्ये या सोळा कला रुजल्या तर ते व्यक्तिमत्त्व जगाला उजळून टाकेल.

मुलांवर प्रेम करणारा लेखक

डॉ. श्रीकांत चोरघडे नागपुरातील अनुभवी व लोकप्रिय बालरोगतज्ज्ञ. १९६१ मध्ये एम.बी.बी.एस. झाल्यानंतर १९६४ मध्ये त्यांनी 'बालरोग' या विषयातील पदविका (Diploma in Child Health) प्राप्त केली. त्यानंतर गेली ५० वर्षे ते व्यवसायात आहेत. त्यांनी मानसशास्त्र या विषयात नागपूर विद्यापीठाची पदव्युत्तर पदवी (M.A.) प्राप्त केली आहे. भारतीय बालरोगतज्ज्ञांच्या Indian Academy of Pediatrics या संघटनेकडून त्यांना त्यांच्या कार्याचा गौरव म्हणून मानद फेलोशिप दिली गेलेली आहे.

'बालकांचा सर्वांगीण विकास' हा त्यांचा आवडता विषय आहे. त्यानं प्रेरित होऊन 'तारांगण' या नावाचं निरामय शिशुचिकित्सा केंद्र त्यांनी सुरू केलेलं आहे. १९७४ मध्ये सुरू झालेला हा उपक्रम आजही एक आगळावेगळा उपक्रम म्हणून ओळखला जातो. बालकांच्या व्यक्तिमत्त्वविकासाबद्दल व त्यांच्या वर्तनसमस्यांबद्दल त्यांचा विशेष अभ्यास आहे. त्या दृष्टीने 'उद्याची चाहूल आज' हा उपक्रम तारांगण निरामय शिशुचिकित्सा केंद्रात राबवला जातो. त्यात मुलांमधील वर्तनसमस्यांची कारणपरंपरा शोधून त्यावर उपाय सुचवले जातात. कमीतकमी वर्तनसमस्या कशा येतील, याविषयी आईबाबांना प्रतिबंधात्मक समुपदेशन केलं जातं.

विविध मंचांवरून बालसंगोपनावर त्यांनी पालक गटांना मार्गदर्शन केलं आहे. पालकसभांमध्ये पालकांना मार्गदर्शन करण्यासाठी ते विविध शाळांना भेटी देत असतात. साहित्यिक पित्याकडून मिळालेला लेखनाचा वारसा, अभ्यास व अनुभवातून मिळालेलं बालमानसशास्त्र व बालरोगाचं ज्ञान आणि ते ज्ञान लोकांपर्यंत पोचवावं ही कळकळ, याचा परिपाक म्हणजे त्यांचं पहिलं पुस्तक 'अडगुलं मडगुलं'. समाजात पूर्वापार चालत आलेल्या भ्रामक कल्पनांचं निराकरण आणि बालविकास व मुलांची आजारपणं या विषयांवर सोप्या, प्रवाही भाषेतील मांडणी हे या ग्रंथाचं वैशिष्ट्य. गेल्या २५ वर्षांत महाराष्ट्रात हे पुस्तक अनेक पालकांकडून भक्तिभावानं वाचलं जातं आणि बाळंतविडा, बारसं अशा प्रसंगी भेट दिलं जातं.

दैनिक 'सकाळ'च्या सप्तरंग पुरवणीसह विविध वर्तमानपत्रांमधून पालकत्व, मुलांचं आरोग्य, बालमानसशास्त्र, व्यक्तिमत्त्व संवर्धन अशा विविध विषयांवर त्यांनी स्तंभलेखन केलेलं आहे. मुलांच्या विविध समस्यांवर आधारित अनेक श्रुतिका आकाशवाणीवर प्रसारित. दूरचित्रवाणी वाहिन्यांवर मुलाखती. विविध पुस्तकं प्रसिद्ध.

जीवनावर, संगीतावर, निसर्गावर आणि लहान मुलांवर मनापासून प्रेम करणारा हा लेखक आहे.

एकेकाळी सहजपणे लग्नं होत, आता
विचारपूर्वक विवाह केले जातात.
नियोजनपूर्वक मुलामुलींना जन्म दिला
जातो. पालकत्व सजगपणे राबवलं
जातं. विचारपूर्वक नियोजनबद्ध
पालकत्व राबवलं, तर त्यातून
घडणारी पिढी पौगंडावस्थेत मानसिक
झंझावाताचा काळ समर्थपणे पार करू
शकेल. तारूण्यात पदार्पण करताना
परिपक्व व्यक्तिमत्त्व त्यांच्यात
घडलेलं असेल. सुजाण पालकत्त्वानं
अधिक निरोगी व कार्यक्षम पिढी
तयार होईल. मात्र त्यासाठी आपण
जाणीवपूर्वक आपल्या पालकत्त्वाचं
संगोपन करायला हवं.

www.ingramcontent.com/pod-product-compliance
Lightning Source LLC
LaVergne TN
LVHW041705190726
843493LV00007B/1950